我的第一本
越南語文法
VIETNAMESE

全音檔下載導向頁面

https://booknews.com.tw/mp3/9789864543458.htm

掃描 QR 碼進入網頁後,按「全書音檔下載請按此」連結,可一次性下載音檔壓縮檔,或點選檔名線上播放。

全 MP3 一次下載為 zip 壓縮檔,部分智慧型手機需安裝解壓縮程式方可開啟,iOS 系統請升級至 iOS 13 以上。

此為大型檔案,建議使用 WIFI 連線下載,以免占用流量,並請確認連線狀況,以利下載順暢。

　　此刻的筆者非常地興奮！或許是因為這是我即將要出版的第一本書，也或許是因為這一年寫書的用心即將被大家看到。不管哪一種激動的心情，我都希望大家能陪我一同興奮地翻閱書中的每一頁。

　　《我的第一本越南語文法》能夠順利的出版，從一開始的邀稿、排版製作到完成錄音工作後出版為止，我要感謝國際學村出版社以及許多在這個過程中參與並協助我完成這本書的每一個人。

　　這幾年來到越南工作或留學的人愈來愈多，甚至於連來旅遊的人都萌生了不只想要走馬看花的想法，都希望能跟本地人能夠開口談上幾句。在此越南語的學習市場需求不斷地攀昇的契機之下，我也真心的期待，我所做的努力，也能陪伴各位學習者的越南語一同成長。

　　試想，在他鄉生活的日子，若是能夠清清楚楚地用越南語表達自己想說的一切，那是多麼好的一件事，這不但能夠幫助你順順利利地解決生活中所有的需求，也能達到自我認同的滿足感，並融入本地社會，拉近與本地人之間的情誼。因此，當筆者收到對這一切有所助益的著書合作請求時，我的第一個想法就是想將我所知的，所想要分享的一切皆傾囊相授於本書中，並讓學習者感受到越南語的有趣之處。

　　本書的主要章節一共分為三個部分：第一部分是【越南語的詞性】、第二部分是【越南語基本詞性修飾及越南語的句型應用】、第三部分則是許多【越南語常用的文法】。簡單的說，就是當大家學習這本書時，能夠瞭解到越南語的詞性的結合，詞彙成分的順序，避免在表達一個完整句子時發生錯誤，同時安排了初級到中級的學習時一定會用到的文法。此外，本書在文法的解說過程中，筆者安排了一個特點。由於越南語的文法在日常生活中通常會出現不少多餘的詞彙成分，所以本書在文法說明中，也會針對一般人常聽到，但事實屬於口語用語的部分加以提示說明。這個特點可以盡力的幫助學習者，釐清閱讀寫作及口語的區別，掌握更道地的表達方式。此外，第二部分的應用句型及第三部分每一個文法課後都有練習題，可以幫助學習者測試自己的學習能力和學習成果。

　　最後，請發揮你自身的想像力，你將能從書中的句子裡窺見到一個充滿著人民熱情活力及濃郁傳統文化氣息的越南。這麼好的美事一椿，你何不快來一同共襄盛舉呢！

　　　　　　　　　　　　　　　　　　　　　　　　筆者 *Rainie Laoshi*

使用說明

01 越南語的詞性

越南語的詞性有分為下面幾種：

（一）名詞

1. 普通名詞：表示一般人、事、物的詞彙。

❶ **bàn** 桌子
❷ **chó** 狗
❸ **cây** 樹

2. 專有名詞：表示固有人名、地名、國名等的詞彙，一般頭一個字母必須要大寫。

❶ **Việt Nam** 越南
❷ **vịnh Hạ Long** 下龍灣
❸ **Xuân Mai**（人名）春梅

3. 時間名詞：表示歲月、時間的詞彙。

❶ **năm** 年
❷ **giờ** 時間；…點
❸ **tiếng đồng hồ** 小時

越南語詞性說明

Phần 1（第一章）透過插圖，學習越南語中最基本的各種詞性。及其細部的分類。

介詞整理表

另外將常用的介詞以表格整理出來，重點的表達輕鬆一次掌握。

【時間和地點的介詞整理表】

❶ **ở** 在
❷ **ở trong** 在…裡面
❸ **ở phía trước** 在…前面
❹ **ở phía sau** 在…後面
❺ **ở đối diện** 在…對面
❻ **ở bên cạnh** 在…旁邊
❼ **ở giữa** 在…之間
❽ **ở trên** 在…上面
❾ **ở dưới** 在…下面

❿ **ở ngoài** 在…外面
⓫ **bằng** 用、透過
⓬ **cho** 給
⓭ **của** 的
⓮ **với** 跟

⓯ **cùng** 陪（同）
⓰ **tại** 在
⓱ **từ** 從
⓲ **vào** 進入、在（時間）
⓳ **đến** 到
⓴ **tới** 到

㉑ **lúc** 在（時間）、於（時間）
㉒ **về** 關於

※各介詞更具體的用例請看次頁。

編號	介詞	意義、基本印象	其他例句
❶	ở	在	Tôi ở nhà. 我在家。
❷	ở trong	在…裡面	Điện thoại ở trong túi. 電話在包包裡面。
❸	ở phía trước	在…前面	Ngân hàng ở phía trước. 餐廳在前面。
❹	ở phía sau	在…後面	Bãi đỗ xe ở phía sau trường học. 停車場在學校的後面。
❺	ở đối diện	在…對面	Nhà tôi ở đối diện siêu thị. 我家有超市的對面。
❻	ở bên cạnh	在…旁邊	Xe đạp của tôi ở bên cạnh lớp học. 腳踏車在教室旁邊。
❼	ở giữa	在…之間	Em gái đứng ở giữa hai anh trai. 妹妹站在兩位哥哥之間。
❽	ở trên	在…上面	Cái áo ở trên ghế. 衣服在椅子上面。
❾	ở dưới	在…下面	Quyển sách ở dưới bàn. 書本在桌子下面。
❿	ở ngoài	在…外面	Xe máy ở ngoài sân. 機車在院子外面。
⓫	bằng	用、透過	Họ đi làm bằng xe máy. 他騎機車去上班。
⓬	cho	給	Bạn tặng quà cho tôi. 朋友送禮物給我。
⓭	của	的	Đây là chị gái của tôi. 這是我的姊姊。
⓮	với	跟	Tôi đi dạo với bạn. 我跟朋友去一起去逛逛。
⓯	cùng	陪（同）	Con mèo ngủ cùng con chó. 貓咪陪狗睡覺。
⓰	tại	在	Tôi mua vé tại sân bay. 我在機場買機票。
⓱	từ	從	Chúng tôi đi ngủ từ 10 giờ. 我們從10點就去睡了。
⓲	vào	進入、在（時間）	Cô ấy uống cà phê vào buổi sáng. 他在早上的時候喝咖啡。
⓳	đến	到	Họ đi xe máy từ miền Bắc đến miền Nam. 他騎機車從北部到南部。
⓴	tới	到	Con mèo ngủ từ sáng tới chiều. 貓咪從早上睡到中午。
㉑	lúc	在（時間）、於（時間）	Tôi ngủ dậy lúc 6 giờ. 我在六點起床。
㉒	về	關於	Anh ấy thích đọc sách về lịch sử. 他喜歡讀歷史讀物。

使用說明

修飾與句型

Phần 2（第二章）主要分為越南語的詞性修飾法各大句型兩個部分，透過理解這兩個部分的各種修飾及句型，立刻就能掌握越南語的表達使用。

QR 碼線上音檔

本書所有內容的發音為越南的國家標準音調，皆由專業的越南母語人士進行錄製。可以在書名頁掃瞄一次性下載全書音檔及於電腦使用，亦可隨刷隨聽，相當便利。

例句

本單元在細部說明修飾及句型重點時，會在例句下方標示出名詞（**n**）、動詞（**v**）、形容詞（**adj**）等輔助說明以助了解；不僅如此，設計的插圖也具有圖解能協助了解文法的實用性。

課後練習

Phần 2（第二章）及 **Phần 3**（第三章）都會有課後練習題，用以確認學習者是否確實能了解此單元的文法重點，除了測試理解的程度外，練習題也能促進學習者積極學習這些文法。

文法介紹

Phần 3（第三章）以介紹越南語的基本用法為主，在經過 **Phần 2**（第二章）對各種修飾及各大句型理解之後，自此章節開始學習包括表達並列、程度、頻率、因果、假設及逆接等，75 個重要的文法應用。（本章節的文法本書依功能性分類，不論老師授課或自己學習時，學習者皆能夠集中將相關的文法重點習得，亦可依所需的文法類群挑著學都很方便。該分類可查詢目錄頁。）

例句

在每個單元的開頭，例句旁皆附有插圖讓讀者得以推測此單元的應用場合。插圖皆採用生活中的場景，再與句子互相結合，讀者能夠更容易理解本單元的重點文法。

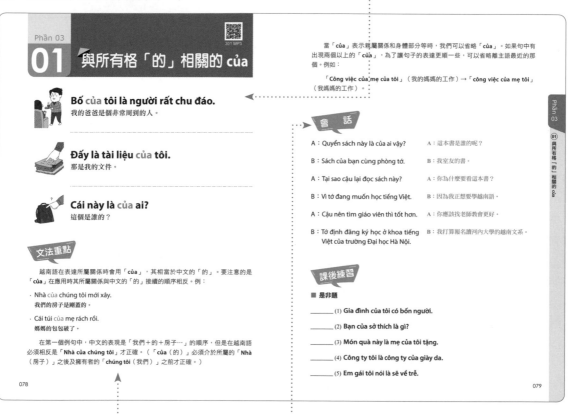

Phần 03

01 與所有格「的」相關的 của

301 MP3

Bố của tôi là người rất chu đáo.
我的爸爸是個非常周到的人。

Đấy là tài liệu của tôi.
那是我的文件。

Cái này là của ai?
這個是誰的？

文法重點

越南語在表達所屬關係時會用「của」，其相當於中文的「的」。要注意的是「của」在應用時其所屬關係與中文的「的」接續的順序相反。例：

· Nhà của chúng tôi mới xây.
我們的房子是剛蓋的。

· Cái túi của mẹ rách rồi.
媽媽的包包破了。

在第一個例句中，中文的表現是「我們＋的＋房子…」的順序，但是在越南語必須相反是「Nhà của chúng tôi」才正確。（「của（的）」必須介於所屬的「Nhà（房子）」之後及擁有者的「chúng tôi（我們）」之前才正確。）

當「của」表示親屬關係和身體部分等時，我們可以略「của」。如果句中有出現兩個以上的「của」，為了讓句子的表達更順一些，可以省略離主語最近的那個。例如：

「Công việc của mẹ của tôi」（我的媽媽的工作）→「công việc của mẹ tôi」（我媽媽的工作）。

會話

A：Quyển sách này là của ai vậy?　　A：這本書是誰的呢？

B：Sách của bạn cùng phòng tớ.　　B：我室友的書。

A：Tại sao cậu lại đọc sách này?　　A：你為什麼要看這本書？

B：Vì tớ đang muốn học tiếng Việt.　　B：因為我正想要學越南語。

A：Cậu nên tìm giáo viên thì tốt hơn.　　A：你應該找找老師教會更好。

B：Tớ định đăng ký học ở khoa tiếng Việt của trường Đại học Hà Nội.　　B：我打算報名讀河內大學的越南文系。

課後練習

■ 是非題

＿＿＿＿(1) Gia đình của tôi có bốn người.

＿＿＿＿(2) Bạn của sở thích là gì?

＿＿＿＿(3) Món quà này là mẹ của tôi tặng.

＿＿＿＿(4) Công ty tôi là công ty của giày da.

＿＿＿＿(5) Em gái tôi nói là sẽ về trễ.

文法重點

解說當篇越南語文法的一般用法及使用上的注意事項，幫助讀者減少文法誤用的機率。

會話

當課文法在經過重點說明後，會套用到一篇會話當中，便可加深了解該如何應用。會話內容皆為日語生活中常聽到的對話，內容生動有趣，甚至直接背下來都很好用。

目錄

Phần 03　各種必用文法

【基本概念】

Phần 01

越南語的詞性

本篇先認識越南詞彙中的各種詞性

學習前需知

與許多的語種不同，用來當主詞的人稱代名詞在越南語裡相當地繁多。越南人之間講話時，**通常會依年齡、關係將相對的稱呼分得相當清楚**。以下依列表將基本的主詞清楚說明：

tôi	我
bạn	你
ông	爺爺、爺爺輩的長者
bà	奶奶、奶奶輩的長者
bố, ba	爸爸 註 「ba」是南部地區的稱呼。
mẹ, má	媽媽 註 「má」是部分南部地區的稱呼。
anh	哥哥；先生
chị	姊姊；小姐
em	弟弟、妹妹
cô	姑姑、姑娘、女老師
chú	叔叔

越南語中，「你、我、他」的概念較為薄弱，（兩人對話時主要都是以自己及對方的身分選擇合適的人稱代名詞來使用）。例如：當一名較年長的男性跟一名較年幼的女性在談話時，男性說的「anh」是指自己，也就是跟女性自稱「哥哥（中文就可想成「我」來用）」，相對的女性如果提到「anh」的時候，是她在稱對方為「哥哥（中文就可想成「你」來用）」；換到女方的身上時，男生講的「em（稱對方妹妹＝妳）」、女生講的「em（自稱＝我）」。其他情況皆可以此類推。

除了「爸爸、媽媽」之外，**所有的主詞後面可以加上「ấy」字構成第三人稱**：

bạn ấy	他、她
ông ấy	（先生；爺爺、爺爺輩的長者）他
bà ấy	（女士；奶奶、奶奶輩的長者）她
anh ấy	（哥哥；先生）他
chị ấy	（姊姊；小姐）她
em ấy	（弟弟、妹妹）他、她
cô ấy	（姑姑、阿姨、姑娘；女老師）她
chú ấy	（叔叔）他

以上是單數人稱代名詞，以下再列出常用的複數人稱代名詞：

chúng tôi	（不包括聽話人的）我們
chúng ta	（包括聽話人的）我們
chúng mình	（平輩之間的）我們
các bạn ấy	他們、她們
các anh ấy	（哥哥；先生）他們
các chị ấy	（姊姊；小姐）她們
các em ấy	（弟弟、妹妹）他們、她們
các cô ấy	（姑姑、阿姨、姑娘；女老師）她們
các chú ấy	（叔叔）他們

註

① 越南的交流文化中有一點與台灣大相庭逕。當越南人之間初次見面時，為了要正確稱呼對方，都會先詢問對方的年齡，以便正確使用人稱代名詞。因此，即使是直接開口詢問初次見面的女性及長輩，並不會讓越南人產生「你很失禮」的感覺喔！

② 越南人的社會裡，人與人的關係較為親密，所以，<u>即使是沒血緣關係的親人，只要年紀地位相仿，也都會直接用這樣的人稱代名詞來稱呼</u>。「anh, chị, em, cô ...」因此，乍聽就無法判斷說話者與其他人之間的親緣關係，必要時還是要進一步再問清楚。

01 越南語的詞性

越南語的詞性有分為下面幾種：

一 名詞

1. 普通名詞：表示一般人、事、物的詞彙。

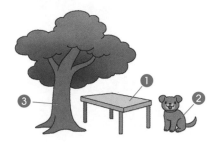

❶ **bàn** 桌子
❷ **chó** 狗
❸ **cây** 樹

2. 專有名詞：表示固有人名、地名、國名等的詞彙。一般頭一個字母必須要大寫。

❶ **Việt Nam** 越南
❷ **vịnh Hạ Long** 下龍灣
❸ **Xuân Mai** （人名）春梅

3. 時間名詞：表示歲月、時間的詞彙。

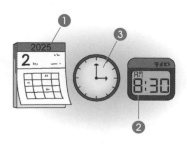

❶ **năm** 年
❷ **giờ** 時間；…點
❸ **tiếng đồng hồ** 小時

4. 方位名詞：表示方位、方向的詞彙。

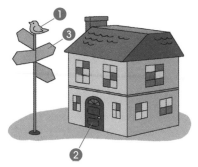

❶ **trên** 上
❷ **trước** 前
❸ **đông** 東

5. 集合名詞：表示一整個群體的詞彙。

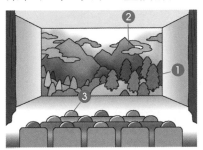

❶ **rừng rậm** 森林
❷ **dãy núi** 山脈
❸ **khán giả** 觀眾

6. 抽象名詞。指觸碰不到，不存在具體形象的詞彙。

❶ **hứng thú** 情緒
❷ **sức hấp dẫn** 魅力
❸ **tinh thần** 精神

(二) 動詞

1. 行為動詞：表示人、動物的行為，或事、物、現象的發生或移動的詞彙。

❶ **chạy** 跑
❷ **khóc** 哭
❸ **nghe** 聽

2. 心理動詞：表示心理狀態的詞彙。

❶ **yêu** 愛
❷ **thích** 喜歡
❸ **ghét** 討厭

3. 存在動詞：用來表示人、物、現象存在狀態的詞彙。

❶ **có** 有
❷ **còn** 還有
❸ **hết** 沒了、完了、…盡

4. 使役動詞：表示促使或命令他人做某事的詞彙。

（這三者皆有使、讓的意思）
❶ **khiến**
❷ **làm**
❸ **làm cho**

5. 趨向動詞：表示動作移動趨向（形容動作向著某個方向有距離性的移動）的詞彙。

❶ **lên** …上、…起
❷ **xuống** …下
❸ **vào** 進…

6. 判斷動詞：表示判斷人、事、物或現象的狀態等詞彙。

❶ đánh đồng 等同

7. 動賓結構：指一個動詞接一個動詞或接名詞、形容詞所構成詞組。

動詞加動詞

❶ học tập 學習
❷ mua sắm 購物
❸ ăn nói 談吐

動詞加名詞

❶ trả lời 回答
❷ làm việc 做事
❸ làm khách 作客

動詞加形容詞

❶ làm đẹp 梳妝打扮
❷ chịu khó 用功
❸ nghỉ mát 避暑

1. 性質形容詞：用來表示人、事、物的性質詞彙。

❶ **to** 大
❷ **nhỏ** 小
❸ **dài** 長

2. 狀態形容詞：表示人、事、物、現象的狀態詞彙。

❶ **khoẻ** 健康
❷ **đau** 疼
❸ **yên tĩnh** 安靜

1. 程度副詞：修飾形容詞，表示程度大小的詞彙。

❶ **rất** 很
❷ **hơn** 更
❸ **khá** 挺

2. 時間副詞：修飾時間（發生點、頻率、持續等）的詞彙。

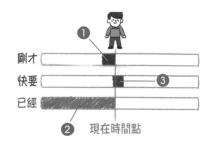

❶ **vừa nãy** 剛才
❷ **đã** 已經
❸ **sắp** 將、將要

3. 範圍副詞：修飾人、事、物或現象範圍的詞彙。

❶ **đều** 都
❷ **tổng cộng** 總共
❸ **chỉ** 只

4. 語氣副詞：修飾客觀的評價和態度的詞彙。

❶ **may mà** 幸虧
❷ **rốt cuộc** 究竟
❸ **thật sự** 真的
❹ **quả thật** 果真
❺ **quả nhiên** 果然

5. 否定副詞：修飾動作、現象、狀態否定的詞彙。

❶ **không** 不、沒
❷ **đừng** 勿
❸ **chưa** 還沒、未

五 數詞

1. 基數詞：指計算數量的數字詞彙。

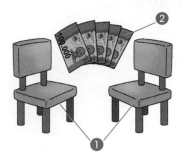

❶ **hai cái ghế** 兩個椅子
❷ **năm tờ một trăm** 五張一百

2. 序數詞：指具有順序排列意義的的數字詞彙。

❶ **bài thứ nhất** 第一課
❷ **người thứ hai** 第二個人

六 量詞

1. 個體量詞：表示人、事、物的單位詞彙。

❶ **cái** 個
❷ **bông** 朵
❸ **tờ** 張（紙類）

2. 度量詞：衡量長度、寬度、容量等單位的詞彙。

❶ **ki-lô-mét** 公里
❷ **lít** 公升
❸ **mét** 公尺

3. 集合量詞：表示組合成群或成雙事物的詞彙。

❶ **đôi** 雙、對
❷ **bộ** 套
❸ **đống** 堆

4. 不定量詞：表示不定數量的詞彙。

❶ **chút** 點　　(Ex. Một chút nước 一點水)
❷ **những** 些 (Ex. Những phòng viên 一些記者)

5. 動量詞：表示動作、現象發生的數量的詞彙。

❶ **lần** 次、回
❷ **chuyến** 趟、班
❸ **trận** 場

七 介詞

介詞用於在詞彙或短句之前，藉以指示起止、方向、處所、時間、物件、目的等的詞彙：

❶ **từ** 從
❷ **đến** 到
❸ **ở** 在
❹ **cho** 給

八 連詞

連詞（連接詞）是用來連結段落、句子、短句等，表示其之間某種邏輯關係的詞彙：

❶ **và** 和
❷ **với** 跟
❸ **thà** 寧可
❹ **hoặc là** 或者、或

九 助詞

助詞是附著詞句上的的詞彙，用來表示或強調對事物的態度。

1. 動態助詞：表示動作或現象變化狀態的助詞詞彙。

❶ **rồi** 了
❷ **từng** 曾

2. 語氣助詞：表示說話時對人、事、物或現象的態度和語氣的詞彙。

❶ **nhé** 吧
❷ **à** 啊
❸ **thế** 呢

3. 強調性助詞：表示說話時對人、事、物或現象的態度和語氣的詞彙。

❶ **chính** 就
❷ **đúng** 正
❸ **đến、đến cả** 連
❹ **tất cả** 全部

➕ 助動詞

必須與動詞接續，能夠適時補助及改變該動詞意義或狀態的詞彙。

❶ **cần** 要、需要
❷ **phải** 得
❸ **biết** 會、知道
❹ **có thể** 可以

十 感嘆詞

1. 嘆息感嘆詞：表示嘆息時所發出來的感嘆詞彙。

❶ ôi
❷ hỡi ơi
❸ than ôi
❹ chao ôi

2. 讚嘆感嘆詞：表示讚嘆時所發出來的感嘆詞彙。

❶ ui
❷ ôi
❸ uầy

3. 驚訝感嘆詞：表示驚訝時所發出來的感嘆詞彙。

❶ á
❷ ồ
❸ ố

4. 埋怨感嘆詞：表示埋怨時所發出來的感嘆詞彙。

❶ **trời ơi**
❷ **trời đất ơi**
❸ **ối giời ôi**

5. 輕蔑、生氣感嘆詞：表示憤怒、不屑時所發出來的感嘆詞彙。

❶ **hừm**

6. 領悟感嘆詞：表示恍然大悟時所發出來的感嘆詞彙。

❶ **à**

7. 確認感嘆詞：表示意外，提出確認時所發出來的感嘆詞彙。

❶ **hả**
❷ **hử**

擬聲詞是指模擬人、動物發出的聲音或自然性的響聲。

❶ **tí ta tí tách** 嘩啦嘩啦　　❷ **huhu** 嗚嗚

❸ **haha** 哈哈　　❹ **gâu gâu** 汪汪

【時間和地點的介詞整理表】

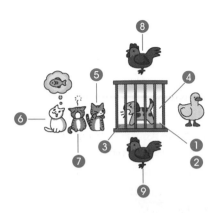

1 ở 在
2 ở trong 在…裡面
3 ở phía trước 在…前面
4 ở phía sau 在…後面
5 ở đối diện 在…對面
6 ở bên cạnh 在…旁邊
7 ở giữa 在…之間
8 ở trên 在…上面
9 ở dưới 在…下面

10 ở ngoài 在…外面
11 bằng 用、透過
12 cho 給
13 của 的
14 với 跟

15 cùng 陪（同）
16 tại 在
17 từ 從
18 vào 進入、在（時間）
19 đến 到
20 tới 到

21 lúc 在（時間）、於（時間）

22 về 關於

※各介詞更具體的用例請看次頁。

編號	介詞	意義、基本印象	其他例句
❶	ở	在	Tôi ở nhà. 我在家。
❷	ở trong	在…裡面	Điện thoại ở trong túi. 電話在包包裡面。
❸	ở phía trước	在…前面	Ngân hàng ở phía trước. 餐廳在前面。
❹	ở phía sau	在…後面	Bãi đỗ xe ở phía sau trường học. 停車場在學校的後面。
❺	ở đối diện	在…對面	Nhà tôi ở đối diện siêu thị. 我家有超市的對面。
❻	ở bên cạnh	在…旁邊	Xe đạp của tôi ở bên cạnh lớp học. 腳踏車在教室旁邊。
❼	ở giữa	在…之間	Em gái đứng ở giữa hai anh trai. 妹妹站在兩位哥哥之間。
❽	ở trên	在…上面	Cái áo ở trên ghế. 衣服在椅子上面。
❾	ở dưới	在…下面	Quyển sách ở dưới bàn. 書本在桌子下面。
❿	ở ngoài	在…外面	Xe máy ở ngoài sân. 機車在院子外面。
⓫	bằng	用、透過	Họ đi làm bằng xe máy. 他騎機車去上班。
⓬	cho	給	Bạn tặng quà cho tôi. 朋友送禮物給我。
⓭	của	的	Đây là chị gái của tôi. 這是我的姊姊。
⓮	với	跟	Tôi đi dạo với bạn. 我跟朋友去一起去逛逛。
⓯	cùng	陪（同）	Con mèo ngủ cùng con chó. 貓咪陪狗睡覺。
⓰	tại	在	Tôi mua vé tại sân bay. 我在機場買機票。
⓱	từ	從	Chúng tôi đi ngủ từ 10 giờ. 我們從10點就去睡了。
⓲	vào	進入、在（時間）	Cô ấy uống cà phê vào buổi sáng. 他在早上的時候喝咖啡。
⓳	đến	到	Họ đi xe máy từ miền Bắc đến miền Nam. 他騎機車從北部到南部。
⓴	tới	到	Con mèo ngủ từ sáng tới chiều. 貓咪從早上睡到中午。
㉑	lúc	在（時間）、於（時間）	Tôi ngủ dậy lúc 6 giờ. 我在六點起床。
㉒	về	關於	Anh ấy thích đọc sách về lịch sử. 他喜歡讀歷史讀物。

Phần 02

································

基本詞性修飾＋
越南語句型

本篇理解越南語中的詞性修飾及句型表達方式

 be 英文Be動詞

本章節出現的文法簡稱

 n 名詞   adv 副詞   s 主詞

 adj 形容詞   nu 數詞   o 受詞

 v 動詞   cla 量詞   m 修飾語

一 名詞修飾名詞

　　名詞修飾名詞的句子在日常生活中使用的普遍性相當地高，常見用於形狀、時間和數量名詞方面的陳述句中。在越南語裡，名詞修飾名詞時，**往往都會直接結合，前者是被飾修詞（主體），後者是修飾詞。**

修飾

Cái bàn hình vuông.
　　n　　　　n

方形桌子。

　　上例是由兩組名詞組成的句子，置於後方的「hình vuông（方形）」是修飾詞，用於修飾句中主體的「cái bàn（桌子）」，進而產生「方形桌子」這樣一個「名詞＋名詞」結構產生的新的名詞詞組。**用「數詞＋名詞」也一樣能構成新的「名詞詞組」。**這種名詞詞組自然也可以再跟別的名詞組合成新的修飾關係。通常用於時間和數量等與數詞有關係的詞彙皆屬之。

修飾

Bây giờ 9 giờ.
　n　　nu　n

九點的現在 → 現在（是）九點。

修飾

Nhà tôi ba tầng.
　n　　nu　n

三層樓的我家 → 我家（有）三層樓。

　　以上述的例子為例，「ba」是數詞「三」，「tầng」是名詞「（層）樓」，這就便構成了「三層樓」，「nhà tôi」是名詞的「我家」，故用意思為「三層樓」的「ba tâng」修飾時，「Nhà tôi ba tâng」就變成了「三層樓的我家（我家有三層樓）」。這種名詞與名詞詞組間互修飾的情況下，中間即使省略動詞中文意思為「有」的「có」，依情況也一樣可以理解成「是」或「有」的意思。

名詞間的修飾當要表述**前後關係的定義（後述內容等同前述的主體）**時，**名詞與名詞之間必需加上等同英文 be 動詞的「là（是）」字才能成立。**

數詞在與名詞結合的時候，與中文相同，也會使用到「量詞（本書自定簡稱為cla）」。使用上一樣是「數詞（s）＋量詞＋名詞」的結構順序。（但越南語中，**並不一定是每種名詞都有搭配的量詞**，有些名詞在計算數量時，會直接與數詞結合。下例中的「người」在此時是當「人」的量詞用）

■ 是非題

_____ (1) **Hôm nay ngày 18 tháng 9 năm 2000.**

_____ (2) **Bố mẹ tôi nông dân.**

_____ (3) **Anh ấy là anh trai tôi.**

_____ (4) **Gia đình nhà.**

_____ (5) **7-ELEVEN là cửa hàng tiện lợi.**

■ 聽力填空題

201_1.MP3

(1) **Ông bà tôi** _____.
（我的祖父母都 80 歲了。）

(2) **Hôm nay** _____.
（今天是週日。）

(3) **Em ấy năm nay** _____.
（她今年 20 歲。）

(4) **Chúng tôi** _____.
（我們是姊妹。）

(5) **Tháng này** _____.
（這個月是 6 月。）

單字

nông dân 農民、農夫

越南語基本詞性修飾

02 二 形容詞修飾名詞

 202.MP3

　　形容詞修飾名詞時，要注意越南語有一點與中文明確相反，即越南語中的**形容詞置於名詞後方直接修飾名詞**。與之前的名詞修飾名詞的概念相同，為被修飾語在前、修飾語在後。故**句型結構為「名詞＋形容詞」**。

Tôi lương thiện.
pron　　adj
我善良 → 我是善良的。

Con mèo đáng yêu.
　n　　　adj
貓可愛 → 貓是可愛的。

Em muốn mua cái bàn dài.
　　　　　　　　　n　adj
我要買個桌子長的 → 我要買張長的桌子。

Tóc đen.
n　adj
頭髮黑 → 頭髮是黑色的。

　　在中文裡，如上述句子中：「我是善良的」、「貓是可愛的」、「桌子是長的」等這些形容詞修飾名詞的句子裡面都是需要加「…是…（的）」或「…很…（形容詞）」的（若單單只有講「我善良」、「貓可愛」…會感覺話還沒講完或不通順對吧！），但在越南語中形容詞修飾名詞時，形容詞會直接修飾名詞，中間不會加其他詞彙。

■ 是非題

_____ (1) **Em ấy thích chạy ở công viên của rộng.**

_____ (2) **Anh Hoàng cao 1 mét 8.**

_____ (3) **Ở Việt Nam hoa quả rẻ.**

_____ (4) **Điện thoại tôi là màu đen.**

_____ (5) **Chị ấy thích người đẹp trai.**

■ 聽力填空題

202_1.MP3

(1) **Em muốn mua cái xe** _____.
（我想買台紅色的車。）

(2) **Tôi là người** _____.
（我是個幽默的人。）

(3) **Hôm nay hình như chị Lan có chuyện** _____.
（蘭姊今天好像有心事。）

(4) **Thuốc** _____.
（苦藥（藥是苦的。））

(5) **Bố tôi là một người bố** _____.
（我爸是一個嚴格的爸爸。）

單字

đẹp trai 帥　　**hài hước** 幽默　　**chuyện buồn** 心事　　**đắng** 苦　　**nghiêm khắc** 嚴格

03 三 形容詞修飾動詞

在越南語中，**形容詞修飾動詞時要置於動詞後方**，例如：「ăn ít」（吃得少），便是動詞「ăn（吃）」與形容詞「ít（少）」結構的詞組。

修飾

Nhân viên mới làm việc chăm chỉ.
v ― adj

（直譯：人員新工作認真）→ 新進員工工作（很）認真。

修飾

Thói quen xấu của tôi là ngủ muộn.
v ― adj

（直譯：習慣壞的我是睡晚）→ 我的壞習慣是晚睡。

修飾

Ngày mai mình sẽ đi làm sớm.
v ― adj

（直譯：明天我會上班早）→ 明天我會早點上班。

依情況的不同，動詞與形容詞之間也可以加上程度副詞「rất（很）」補充形容詞的意義。例如：「ăn rất ít」便是「吃得很少」的意思。

補足形容詞

Giống chó này ăn rất nhiều.
v ― adv ― adj

（直譯：種狗這吃多）→ 這種狗吃得很多。

■ 請以正確的形容詞修飾動詞的方式，改正錯誤的句子

(1) **Chị gái của chị ấy hay hát.**

→ _____ .

(2) **Bạn có thể chậm nói một chút không?**

→ _____ .

(3) **Các tuyển thủ nhanh chạy quá!**

→ _____ .

(4) **Con gái tôi giỏi học hơn tôi.**

→ _____ .

(5) **Đừng dài viết quá.**

→ _____ .

■ 聽力填空題

203_1.MP3

(1) **Anh ăn _____ rồi.**（我吃飽了。）

(2) **Mua _____ thôi.**（少買一點。）

(3) **Bà ấy biết _____ về kinh doanh.**（她對做生意很拿手。）

(4) **Mai dậy _____ được không?**（明天能早起嗎？）

(5) **Chúc em ngủ _____ .**（祝你好夢。）

單字
tuyển thủ 選手

204.MP3

（四）副詞修飾形容詞

越南語中，副詞對形容詞的修飾總共有「①副詞＋形容詞」（副詞在前）、「②形容詞＋副詞」（副詞在後），以及「③置於形容詞前後都可以的副詞」這三種型態。

首先第一種是「①副詞在前」，這種形態的副詞通常有「rất（很）/ vẫn（仍）/ đều（都）/ cũng（也）/ sắp（快…）/ thật（真）/ quá（太過…）/ cực kỳ（極為）」等。

修飾

Phong cảnh của Sài Gòn rất đẹp.

　　　　　　　　　　　　adv　adj

西貢的風景很美。

接著是第二種「②副詞在後」，這種形容的副詞「lắm（很）/ thế（那麼）/ ghê（超…）/ nhỉ（…嗎？／…吧？）/ thật（真）/ quá（太過…）/ cực kỳ（極為）」等。

修飾

Bông hoa này đẹp lắm.

　　　　　　　　adj　adv

這朵花好美。

最後是「③置於形容詞前後都可以的副詞」，大致上有「thật（真）/ quá（太過…）/ cực kỳ（極為）」這幾種。（但置於前面時，語氣會更加強烈）

修飾

Em ấy quá ưu tú.

　　　　adv　　adj

他太優秀了。

修飾

Em ấy ưu tú quá.

　　　　adj　　adv

他太過優秀了。

課後練習

■ 填空題（請依下列的題示作答）（填入後句首改大寫）

không / may mà / khá / rất / cũng

(1) **Cuộc sống của người dân nông thôn** _____ **bận rộn.**
（鄉下人的生活比較繁忙。）

(2) _____ **giàu, không thì không thể trả nợ được.**
（幸虧有錢，要不然就還不起債了。）

(3) **Mình chờ bạn** _____ **lâu rồi.**
（我等你很久了。）

(4) **Người Việt ai** _____ **thân thiện.**
（越南人不論是誰都很親切。）

(5) **Mặc dù anh ấy** _____ **đẹp trai nhưng tính tình rất tốt.**
（他長得雖然不帥，但是性格很好。）

■ 聽力填空題

204_1.MP3

(1) **Chim cánh cụt bơi rất** _____.
（企鵝游得很快。）

(2) **Nước đang** _____.
（水在沸騰。）

(3) **Cảnh sắc mùa đông của Vạn Lý Trường Thành quả nhiên** _____ **như trong tranh.**
（萬里長城冬天的景色果然美的如詩如畫。）

(4) **Chúng em vẫn chưa** _____.
（我們還不餓。）

(5) **Đừng lại gần, con chó vừa nãy đã** _____.
（別靠近，狗剛剛發飆了。）

單字

cuộc sống 生活　　**người dân nông thôn** 鄉下人、農村人　　**trả nợ** 還債　　**thân thiện** 親切　　**mặc dù** 雖然
tính tình 性格　　**chim cánh cụt** 企鵝　　**sôi** 沸騰、水（滾沸）　　**cảnh sắc** 景色　　**Vạn Lý Trường Thành** 萬里長城
quả nhiên 果然　　**vừa nãy** 剛剛

越南語基本詞性修飾

05 （五）副詞修飾動詞

　　如前篇副詞可以修飾形容詞一樣，副詞也能修飾動詞，而且能修飾動詞的副詞也不少。當副詞要修飾動詞時，**必須將副詞置於動詞之前。**

修飾

Tổng thống vừa đến cô nhi viện.
　　　　　　adv　v

總統剛來到孤兒院。

剛才　現在

修飾

Đoàn du lịch tổng cộng có 25 người.
　　　　　　adv　　v

旅遊團總共有 25 人。

全部

　　所有的副詞中，唯有程度副詞與其他類型的副詞相左，必須置於動詞之後才行。

修飾

Mưa lắm.
　v　adv

雨下很大。

修飾

Yêu anh quá.
　v　　　adv

太愛你了。

■ 重組題（重組後句首改大寫）

(1) về / rồi / sếp / nước / Vương / sắp / .

→ _____

(2) với / đừng / anh ta / cãi nhau / .

→ _____

(3) xem / rất / vừa / hay / tôi / truyền hình / bộ / một / phim / .

→ _____

(4) đeo / cũng / anh ấy / áp tròng / kính / .

→ _____

■ 聽力填空題

205_1.MP3

(1) Mình _____ mang máy tính đi sửa.
（我剛帶電腦去修理。）

(2) Máy bay _____ cất cánh, mời mọi người ổn định chỗ ngồi.
（飛機即將起飛，請大家坐穩。）

(3) _____ ra ngoài đi chơi rồi mà tôi chưa chuẩn bị gì.
（馬上就要出門去玩了，但我什麼都還沒做準備好。）

(4) _____ đi hay không?
（到底是去還是不去？）

(5) Họ _____ cảm thấy chú gấu kia rất đáng sợ.
（他們都覺得那隻熊很可怕。）

單字

cãi nhau 吵架　**anh ta** 他　**phim truyền hình** 電視劇　**kính áp tròng** 隱形眼鏡　**hoàn thành** 完成
nhiệm vụ 任務　**giao cho** 交派、交付　**sửa** 修理　**cất cánh**（飛機）起飛　**chỗ ngồi** 座位
rốt cuộc 到底、究竟

越南語句型

206.MP3

06 ○一 肯定句①

　　首先了解最基本，最普遍使用且第一必學的肯定句型【主詞（s）＋là＋名詞（n）】，「là」像英文的 be 動詞一樣，可理解為主詞（s）與等同或定義為後述的名詞（n），即等同中文裡的【主詞（s）＋是（be 動詞）＋名詞（n）】。不過，在越南語中，「là（be 動詞）」後面接的補語只能是名詞成分。例如：

在上述的例句中，「cô giáo（女老師）」、「hoa hồng（玫瑰花）」、「áo cưới（婚紗）」都是**名詞**。不像中文的結構，「是」後面還像「是餓的」這樣，可以接形容詞。至於【主詞（s）＋形容詞（adj）】的肯定表現，可以參考「Phần 2 -02（形容詞修飾名詞）」的單元，其句型表現相同，在此便不贅述。

■ 重組題（填入後句首改大寫）

(1) là / anh ấy / bảo vệ / .

→ _____

(2) mình / của / họ / bạn / là / .

→ _____

(3) sách / này / tiếng Việt / sách / quyển / là / .

→ _____

(4) chợ / là / kia / .

→ _____

(5) vợ / là / mình / của / cô ấy / .

→ _____

■ 是非題

_____ (1) Con chó là thông minh.

_____ (2) Đây là nhà tôi.

_____ (3) Đây là món ăn Việt Nam.

_____ (4) Con này là con cá voi.

_____ (5) Chị Hoa là ngủ rồi.

單字

bảo vệ 警衛　**chợ** 市場　**thông minh** 聰明　**cá voi** 鯨魚

越南語句型

207.MP3

07 二 肯定句②

越南語的基本的第二肯定句型是【主詞（s）＋動詞（v）】，用以**表示主詞的動作**，以下方的句子為例：

Họ học.
s　　v
他們學。

Chị ấy ngủ.
s　　　v
她睡覺。

Mẹ nấu.
s　　v
媽媽煮。

以上三個例句，「吃」、「學」、「睡覺」便是用來表示主詞進行的動作。

在此句型下，句子的後方還可以加上「地點」、「時間」、「狀態、性質」，用以更加詳細地表述**動作觸及某人事物、動作的狀況及動作發生的地點及時間**。

Họ học ở nhà.
他們在家學。

Chị ấy ngủ lúc 6 giờ.
她六點睡覺。

Mẹ nấu ăn ngon.
媽媽煮飯好吃。

Phần 02

07 越南語句型—二 肯定句②

■ 重組題（重組後句首改大寫）

(1) tôi / cơm / ở / ăn / nhà hàng / .

→ _____

(2) bố / lúc / đi làm / 7 rưỡi / .

→ _____

(3) cười / tôi / với /cô ấy / .

→ _____

(4) hay / hát / em ấy / .

→ _____

(5) quán cà phê / chúng tôi / ở / gặp / .

→ _____

■ 請聽音檔，並寫出越南語的內容

(1) _____ .

(2) _____ .

(3) _____ .

(4) _____ .

(5) _____ .

單字

quán cà phê 咖啡廳　　**nói chuyện** 聊天　　**chạy bộ** 跑步

越南語句型

208.MP3

08 ☰ 肯定句③

在越南語之中，【主詞（s）＋動詞（v）】為基本的句型結構之一，而動詞後面可以再直接加【受詞（o）】。受詞可以直接或間接受動作的影響，跟中文一樣不需要添加任何介系詞。

Họ đánh cầu lông.
　s　　v　　　o

他們打羽毛球。

【主詞（s）＋動詞（v）＋（受詞（o））】的句子中，**可以再接續其他述時間、地點、範圍等資訊的內容**，藉以豐富表達句的意思，**這些部分稱為修飾語（m）**。這些修飾語，在越南語中**通常置於句首或句尾都可以**：

修飾語
Em ấy giặt quần áo trong nhà tắm.
　　s　　　v　　　o　　　m

她在浴室裡洗衣服。

修飾語
Cuối tuần nào nhà tôi cũng dọn dẹp nhà cửa.
　　　m　　　　　s　　adv　　v　　　o

每個週末我們家都會打掃房子。

在第二個例句中，「cũng」屬於範圍副詞，所以如同之前副詞修飾動詞的章節所述，**需置於主詞與動詞之間（動詞之前）**。

■ 重組題（重組後句首改大寫）

(1) nấu / mẹ / cháo / đang / .

→ _____

(2) phải / tôi / mặt / đánh / sau khi / rửa / ngủ dậy / răng / .

→ _____

(3) thích / thư / không / viết / mọi người / bây giờ / .

→ _____

(4) đang / sách / ông / đọc / .

→ _____

■ 聽力填空題

208_1.MP3

(1) **Anh sẽ tra** _____.
（我將會查字典。）

(2) **Giám đốc Sơn viết** _____.
（山總寫漢字寫得很漂亮。）

(3) **Sở thích của tôi là xem** _____.
（我的愛好是看動畫片。）

(4) **Cuối năm chú tôi sẽ xây** _____.
（我叔叔年底會蓋房子。）

單字

cháo 稀飯、粥   **ngủ dậy** 睡醒、起床   **chữ Hán** 漢字   **phim hoạt hình** 動畫片   **xây nhà** 蓋房子

越南語句型

209.MP3

09 ⑨否定句①

　　【主詞（s）＋không phải là＋名詞（n）】是基本的名詞否定句，「không phải」相當於中文的「並非」，而「là」則之前提到的「是」。我們可以將「không phải là」當作一個固定的句型來記，它就專門**用來否定主詞等同後述名詞一事時**使用，即等同中文的「（並）不是…」。應用時只要將「không phải là」置在名詞前面即可。

不·等同

Tôi không phải là người Việt.
　s　　　　　否定　　　　　　n

我不是越南人。

不·等同

Đây không phải là giày Nike.
　s　　　　　否定　　　　　　n

這雙不是 Nike 的鞋子。

　　但在口語中，有時會聽到越南人只有使用「không phải」的時候。雖然使用的頻率算高，但**終究不屬於正規的越南語文法**。

不·等同

Họ không phải diễn viên.
　s　　　　否定　　　　　　n

他們不是演員。

■ 聽力填空題

209_1.MP3

(1) **Anh ấy không phải là thầy giáo, anh ấy là _____.**
（他不是（男）老師，他是學生。）

(2) **Tôi là người Đài Loan, không phải là _____.**
（我是台灣人，不是越南人。）

(3) **Đây là tiền thưởng, không phải _____.**
（這是獎金，不是薪水。）

(4) **Phim này là phim Đức, không phải _____.**
（這片是德國片，不是美國片。）

(5) **Chị ấy là người lương thiện, không phải là _____.**
（她是好人，不是壞人。）

■ 翻譯題

(1) 這不是我的手機。

_____

(2) 那間是河內國家大學，不是河內大學。

_____

(3) 我的爺爺不是軍人。

_____

(4) 那是紅毛丹，不是荔枝。

_____

單字

thầy giáo 男老師   **học sinh** 學生   **tiền thưởng** 獎金   **tiền lương** 薪水   **phim Đức** 德國片
phim Mỹ 美國片   **người lương thiện** 好人   **người xấu** 壞人   **quân nhân** 軍人   **chôm chôm** 紅毛丹
vải 荔枝

越南語句型

10

五 否定句②

　　再次強調「không」是越南語中的否定詞，相當於中文裡**「不、沒」的意思**。當想要表達否定（直接否定主詞的動作或狀態）時，如公式【主詞（s）＋**không**＋動詞（v）／形容詞（adj）】這樣，只要將「**không**」**置於動詞或形容詞之前**即可。

否定主詞動作

Tôi không uống cà phê vào buổi tối.
　s　　否定　　　v

晚上我不喝咖啡。

否定主詞動作

Tôi không hiểu.
　s　　否定　　v

我不懂。

否定主詞狀態

Tiếng Việt không khó.
　　s　　　　否定　　adj

越南語不難。

Anh là người nước nào?

Anh là người Mỹ.

　　當要表示對於**動作和狀態在過去⋯並沒有發生**或**在現在、未來尚未發生**的否定表述時，可以用【主詞（s）＋**chưa**＋動詞（v）／形容詞（adj）】的句型。否定詞「**chưa**」等同於中文的「**還沒**」。要特別注意，用「**chưa**」表述**過去沒有發生過，但將來會自然要發生**的事；而「**không**」是表述**過去不曾發生且將來也不會發生**的事。

提示尚未發生

Bây giờ hoa đào chưa nở.
　　　　　　　s　　否定　v

現在桃花還沒開。

過去　　　　現在　　　未來
尚未發生　　　　將會發生

提示狀態未完成

Lá phong chưa đỏ.

s   否定   adj

楓葉還沒變紅。

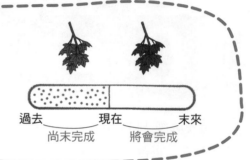

過去 ＿＿＿＿ 現在 ＿＿＿＿ 末來
尚末完成 　　 將會完成

■ 重組題（重組後句首改大寫）

(1) ngủ / anh ấy / chưa / dậy / .

→ ＿＿＿＿＿＿＿＿＿＿＿＿＿＿＿＿＿＿＿＿＿＿＿

(2) nhảy / biết / em ấy / không / .

→ ＿＿＿＿＿＿＿＿＿＿＿＿＿＿＿＿＿＿＿＿＿＿＿

(3) không / bàn / cái / tốt / này / .

→ ＿＿＿＿＿＿＿＿＿＿＿＿＿＿＿＿＿＿＿＿＿＿＿

■ 填空題（請適當地填入「chưa」或「không」）

(1) Hôm nay chúng tôi ＿＿＿＿＿＿ tăng ca.
（我們今天不加班。）

(2) Tôi vẫn ＿＿＿＿＿＿ gọi điện thoại cho bà.
（我還沒給奶奶打電話。）

(3) Quả cam ＿＿＿＿＿＿ chín.
（柳丁還沒成熟。）

(4) Anh ấy ＿＿＿＿＿＿ hiểu tôi.
（他不懂我。）

單字

chín 熟

11 越南語句型

六 疑問句①

211.MP3

越南語基本疑問句型是：【主詞（s）＋có＋名詞（n）／動詞（v）／形容詞（adj）＋không?】。「không」雖然前面有提過它是「不、沒」的意思，但是當**置於否定句的詞尾**，它表達的是**疑問句尾「…嗎？」**的意思。而「có」在這個句型中也很關鍵，它本身在動詞原意中是「有」的意思，然而在這此句型中，後接各詞性的基本概念如後：動詞成分時可以想成「要…嗎？」；後接形容詞成分時；可以想成「會…嗎？」，只有後接名詞成分時，當作原本的「有…嗎？」來使用即可。

提問動作意願
Bạn có ăn không?
s （要） v 疑問
你要吃嗎？

提問狀態
Em có mệt không?
s （會） adj 疑問
你會累嗎？

提問有無
Cô ấy có tiền không?
s （有） n 疑問
她有錢嗎？

接下來學習回答這個句型的方式。基本上，它的回答方式有兩種，分別於發話前以**「Có, ...」與「Không, ...」**表示肯定或否定，分別等同英文的「yes」與「no」。其中的由於「không」最原本意思為「不」，故只用來否定動詞和形容詞，不能用於否定名詞。如果需要否定名詞時，要用使用相當於中文「沒有」的「không có」發話。以上的句子的相應回答如下：

Có, ...   Không, ...

· 🗣 Bạn có ăn không? 你要吃嗎？

　🗣 Có, mình có ăn. 要，我要吃。

　🗣 Không, mình không ăn. 不，我不吃。

· 🗣 Em có mệt không? 你會累嗎？

　🗣 Có, em có mệt. 會，我會累。

　🗣 Không, em không mệt. 不，我不累。

· 🗣 Cô ấy có tiền không? 她有錢嗎？

　🗣 Có, cô ấy có tiền. 有，她有錢。

　🗣 Không, cô ấy không có tiền. 不，她沒有錢。

　　回答的時候，自然就要活用之前幾課教過的肯定句及否定句的句型。說回來，【主詞＋có＋名詞（n）／動詞（v）／形容詞（adj）＋không?】的句型這種結構在日常生活當中最常遇到，不過有時候會有動詞與形容詞句子裡會出現省略「có」，卻不影響句子的意義的情況。例如：

· Chị đi không?

  你要去嗎？

· Hoa đẹp không?

  花漂亮嗎？

　　另外提供構成疑問句常見的一些疑問詞或表現：

詞組	例句
gì（什麼）	Em tên là gì?（妳叫什麼名字？）
ai（誰）	Bạn là ai?（你是誰？）
nào（哪）	Anh sẽ đi nước nào?（你將會去哪一國？）
đâu（哪裡）	Em đi đâu?（你要去哪裡？）
mấy（幾）	Trong phòng có mấy người?（房間裡有幾個人？）
mấy giờ（幾點）	Bây giờ là mấy giờ?（現在是幾點？）
thế nào（如何）	Em nghĩ thế nào?（你如何想？）
bao nhiêu（多少）	Cái này bao nhiêu tiền?（這個多少錢？）
khi nào（何時）	Khi nào em đi?（你什麼時候去？）
tại sao（為什麼）	Tại sao anh không trả lời em?（為什麼你不回答我？）

■ **請造出疑問句**

(1) **A：**_____

　　 B：Không, cà phê không đắng.（不會，咖啡不苦。）

(2) **A：**_____

　　 B：Không, tiếng Việt không khó.（不會，越南語不難。）

(3) **A：**_____

　　 B：Có, mình có anh trai.（有，我有哥哥。）

(4) **A：**_____

　　 B：Tôi có người yêu.（我有戀人。）

(5) **A：**_____

　　 B：Không, trời không có sao.（沒有，天上沒有星星。）

■ **請聽音檔，並選擇正確的回答句子。**

211_1.MP3

(1) **A　B　C**

(2) **A　B　C**

(3) **A　B　C**

(4) **A　B　C**

(5) **A　B　C**

單字

đắng 苦　**sao** 星星　**đọc báo** 閱讀報紙、讀報

越南語句型

12 ㈦ 疑問句②

212.MP3

第二種疑問句的結構是【主語（s）＋có phải là＋名詞（n）＋không?】。在這個結構的問句中，發問者的提問相當地明確，強調要求對方**給出「是」與「不是」的回應**。「có phải」我們可以理解為「是否」，「là」則是「是」，故一樣可以將「có phải là」一樣當作「是不是…？」這個固定的句型記憶。

「是」或「否」的提問

Em có phải là Mai không?
s　　是不是　　　n　　疑問
妳是不是阿梅呢？

「是」或「否」的提問

Các bạn có phải là sinh viên không?
s　　是不是　　　　n　　　疑問
你們是不是學生？

這種結構的疑問句還可以將結構做位置的細微變化，並構成另外的兩種句型如後：【主詞＋là＋名詞／名詞句組＋có phải không?】、【có phải＋主語＋là＋名詞／名詞句組＋không?】，我們用上面第一個例句，實踐一下更動後會如何：

· Em là Mai có phải không?
　Có phải em là Mai không?
　妳是不是阿梅呢？

這樣的句型改變也都是正確的。對於這種疑問句，在回答時的一開始，必須以分別「Phải,」與「Không phải,」發話，這時**前者作為「是…」、後者作為「不是…」**。要注意的是，回答句中若是否定的話，在陳述否定事實時，我們必須以之前在否定句中學過的表達「không phải là」來加以否定後述之內容。那再以上述的句子試作回應如下：

· 　Em có phải là Mai không? 妳是不是阿梅？
　　Phải, em là Mai. 是，我是阿梅。
　　Không phải, em không phải là Mai. 不是，我不是阿梅。

- 😊 Các bạn có phải là sinh viên không? 你們是不是學生？
- 😀 Phải, chúng mình là sinh viên. 是，我們是學生。
- 😟 Không phải, chúng mình không phải là sinh viên. 不是，我們不是學生。

■ 請回答問題

(1)　A：Bạn có phải là người Việt Nam không?（以否定回答）

　　　B：_____

(2)　A：Bố mẹ bạn là bác sỹ có phải không?（以否定回答）

　　　B：_____

(3)　A：Đây có phải là chị gái của bạn không?（以肯定回答）

　　　B：_____

(4)　A：Có phải người yêu của bạn là người Việt Nam không?（以肯定回答）

　　　B：_____

■ 聽力填空題

212_1.MP3

(1)　**Có phải các bạn là _____ mới không?**
　　（大家是不是都是大學新生呢？）

(2)　**Đây là _____ có phải không?**
　　（這是不是桃花呢？）

(3)　**Bạn có phải là _____ không?**
　　（你是不是台灣人呢？）

單字

hoa đào 桃花

213.MP3

13 (八) 疑問句③

　　除了我們已經學過的「không?」之外，在越南語的疑問句型中，還有一種公式是【主詞（s）+có+名詞（n）+chưa?】。這種「có … chưa?」架構的疑問句因為「…」中的**成分只能是名詞**，所以「có」就依舊保持著「有」的意思，即用來詢問他人**是否已經擁有某些事物**，為「有…了嗎？、有…了沒？」的意思。

提問是否已擁有

Bạn có nhà chưa?
　s　　有　n　　　疑問

你有房子了嗎？

提問是否已擁有

Anh có xe chưa?
　s　　有　n　　疑問

你有車了嗎？

　　「chưa?」換作是前接形容詞或動詞時一樣能通，如此一來便成為一種表達詢問某個動作或狀態在過去是否曾發生，或現在是否已發生的發問方式，這時則能夠像公式【主詞（s）+動詞（v）+（受詞（o））+chưa?】或【主詞（s）+形容詞（adj）+chưa?】一樣（不使用「có」），將「chưa」置於句尾。此時相當於中文的「…了嗎？、…了沒？」。

提問動作是否已發生

Em ăn cơm chưa?
　s　　v　　o　　　疑問

你吃飯了嗎？

提問動作（狀態）是否已完成

Cơm chín chưa?
　s　　adj　　疑問

飯熟了嗎？

對於這種疑問句，在回答時的一開始，必須以分別「Rồi,」與「Chưa,」發話，這時前者作為「是（已經有、已經做）…」；後者的「Chưa」置於句首時，則變成了「還沒…」的意思了。再以上述的句子試作回應如下：

- 🧑 Bạn có nhà chưa? 你有房子了嗎？
  👧 Rồi, tôi có nhà rồi. 有，我有房子了。
  👦 Chưa, tôi chưa có nhà. 沒有，我還沒有房子。

- 🧑 Em ăn cơm chưa? 你吃飯了嗎？
  👧 Rồi, em ăn cơm rồi. 有，我吃飯了。
  👦 Chưa, em chưa ăn cơm. 沒有，我還沒吃飯。

- 🧑 Cơm chín chưa? 飯熟了嗎？
  👧 Rồi, cơm chín rồi. 有，飯熟了。
  👦 Chưa, cơm chưa chín. 沒有，飯還沒熟。

肯定的回答時，注意句子後面都有「rồi」，代表中文的「了」的意思；而否定的回答時，注意陳述句中必須以「chưa có」後接名詞、或以「chưa」後接動詞及形容詞來表達才行。

■ 請造出疑問句

(1)　A：＿＿＿＿＿＿＿＿＿＿＿＿＿＿＿＿＿＿＿＿＿＿＿＿＿

　　　B：Chưa, mình chưa có bạn gái.
　　　　（還沒，我還沒有女朋友。）

(2)　A：＿＿＿＿＿＿＿＿＿＿＿＿＿＿＿＿＿＿＿＿＿＿＿＿＿

　　　B：Chưa, mình chưa ngủ.
　　　　（還沒，我還沒睡。）

(3)　A：＿＿＿＿＿＿＿＿＿＿＿＿＿＿＿＿＿＿＿＿＿＿＿＿＿

　　　B：Rồi, chị gái mình kết hôn rồi.
　　　　（結了，我姊姊結婚了。）

(4) A：_____

B：**Chưa, bố chưa tan làm. Hôm nay bố tăng ca.**
（還沒，爸爸還沒下班。今天爸爸加班。）

(5) A：_____

B：**Rồi, em đói quá rồi.**
（餓了，我餓壞了。）

213_1.MP3

■ **請聽音檔，並選擇正確的回答句子**

(1) **A B C**

(2) **A B C**

(3) **A B C**

(4) **A B C**

(5) **A B C**

單字

kết hôn 結婚　**tan làm** 下班　**đói** 餓　**ngủ dậy** 睡醒　**lương** 薪水、薪資　**chuẩn bị** 準備　**thức ăn** 食物

越南語句型

14 ㈨ 疑問句④

214.MP3

　　當要詢問他人的能力或允許等時,「có thể ... được không?」這個疑問句型會相泛用。「có thể」是「得以、可以」、而「được」則是「能」的意思。那麼,首先我們來看第一個公式【主詞(s)+có thể+動詞(v)+(受詞(o))+được không?】。這個結構可以用來**詢問他人是否有能力做句型中的動作**,也能夠用來**詢問對方是否可以做句型裡的動作**。即相當於中文的「可以⋯嗎?」、「能⋯嗎?」、「會⋯嗎?」的句型。

詢問能力

Bạn có thể bơi được không?
　s　　疑問　　v　　疑問

你可以游泳嗎?

詢問能力

Con vẹt có thể nói được không?
　　s　　　疑問　　v　　疑問

鸚鵡可以說話嗎?

亦可以用來**徵求他人的允許**。例如:

徵求同意

Tôi có thể ngồi đây được không?
　s　　疑問　　v　　o　　疑問

我可以坐在這裡嗎?

徵求同意

Chúng mình có thể nuôi mèo được không?
　　　s　　　　疑問　　v　　o　　疑問

我們能養貓嗎?

還可用於**請求、拜託對方某件事**的意思。在這個句型中，以【主詞（s）＋có thể＋動詞（v）＋（受詞（o））＋được không?】的公式為基準，通常必須加上一個受益對象，此對象置於「cho」的後面，而「cho＋受益對象」可以自由置於「có thể」之後或「được không」之前。例如：

Có thể cho mình mượn tiền được không?
　疑問　給予受益對象　　　　　　　疑問

能給我借錢嗎？（主詞依情況可以省略）。

Anh có thể gọi điện thoại cho em được không?
　　疑問　　　　　　　給予受益對象　疑問

你可以打電話給我嗎？（直譯：你能給我打電話嗎？）

對於這類的疑問句，在回答時的一開始，必須以分別「Được,」與「Không,」發話，**分別表示答應（可以）或不答應（不可以、不行）**，並且可以自由決定後方是否加上完整地回答句。其中要注意，當要表示不答應的拒絕句時，必須使用「không thể」來表現。再以上述的句子試作回應如下：

· Bạn có thể bơi được không? 你可以游泳嗎？
　Được, tôi có thể bơi được. 可以，我可以游泳。
　Không, tôi không thể bơi được. 不行，我不可以游泳。

· Tôi có thể ngồi đây được không? 我能坐在這裡嗎？
　Được, bạn có thể ngồi đây được. 可以，你可以坐在這裡。
　Không, bạn không thể ngồi đây được. 不行，你不可以坐在這裡。

· Có thể cho mình mượn tiền được không? 能給我借錢嗎？
　Được, mình có thể cho bạn mượn tiền. 可以，我可以讓你借錢。
　Không, mình không thể cho bạn mượn tiền. 不行，我不可以讓你借錢。

此外，口語的表達時，有時候會省略「có thể」，例如：

· Được, tôi đi được. 可以，我可以去。
　Cái này ăn được không? 這個能吃嗎？

■ 回答題

(1)　A：Chị ấy có thể lái xe được không?（她會騎車嗎？）

　　B：không, _____

(2)　A：Cô giáo có thể nói tiếng Trung được không?
　　　　（（女）老師會說中文嗎？）

　　B：Được, _____

■ 填空題（請適當地填入「có thể」、「không thể」、「được」、「được không」）

(1)　Tôi _____ nấu cơm _____ vì bận.
　　（因為很忙，所以我不能煮飯。）

(2)　Con cá _____ sống _____ trong môi trường không có
　　nước.
　　（魚不能在沒水的環境裡生存。）

(3)　Em đau đầu quá! Anh _____ mua thuốc cho em _____?
　　（我的頭好痛！你可以去幫我買藥嗎？）

(4)　Anh chơi game _____?
　　（我可以玩遊戲嗎？）

(5)　Tôi _____ nói _____ tiếng Anh.
　　（我不會說英語。）

單字

lái xe 開車　**bận** 忙　**môi trường** 環境　**đau đầu** 頭痛　**mua thuốc** 買藥　**chơi game** 玩遊戲

215.MP3

➕ 祈使句

在越南語裡也稱為命令句，表示**請求或命令他人做或不做某件事情**。其中最典型的祈使句是【動詞（v）＋（受詞（o））＋đi】的句型結構。在此句型中，「đi」雖然相當於中文的語尾詞「吧！」，但已達到用來**命令對方做某件事情**的作用。命令句的使用範圍廣泛，聽話的對象不論輩分皆可使用，但對於不熟之人儘量少用，以免失禮。

要求或命令

Ngày mai hỏi cô giáo đi!
　　　　　　　v　　　o　　　祈使
明天問（女）老師吧！

要求或命令

Đi ăn tối đi!
　v　　o　祈使
去吃晚餐吧！

要求或命令

Bạn nói đi!
　　　v　祈使
你說吧！

【動詞（v）＋đi】表達要求或命令他人做某事，而反向地可以用【đừng / không được＋動詞（v）】的句型明確要求或命令他人不要做某事。句型中的「đừng」等同於中文的「勿、別」，**用於委婉地勸誡口吻**；而「không được」等同於中文的「不准、不許」，**強制性的命令語氣濃厚**。

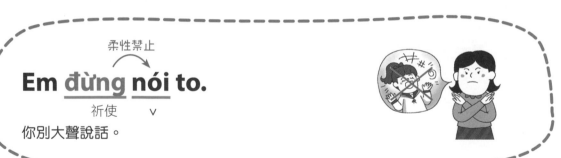

柔性禁止

Em đừng nói to.
　　祈使　　v
你別大聲說話。

柔性禁止

Đừng đến muộn.

祈使　　　 v

請勿遲到。

強列禁止

Mẹ <u>**không được**</u> **xem** nhật ký của con.

　　　　　 祈使　　　 v

媽媽不准看我的日記。

強列禁止

Ở đây <u>**không được**</u> **hút thuốc.**

　　　　 祈使　　 v

這裡不准抽菸。

■ 是非題

_____ (1) **Em không viết báo cáo đi!**

_____ (2) **Đừng đến đón mình.**

_____ (3) **Các bạn không được đừng làm ồn.**

_____ (4) **Bạn đi nhanh đi!**

_____ (5) **Trẻ con không được uống bia.**

■ 重組題（重組後句首改大寫）

(1)　　hoa lan / đi / mua / mua / đừng / hoa hồng / .

　　　→ _____

Phần 02

⑮ 越南語句型—＋祈使句

課後練習

(2) đi / đi / thăm / cuối tuần / ông bà / .

→ _____

(3) tôi / rời xa / đừng / .

→ _____

(4) lái / không / em / được / xe / .

→ _____

(5) cho / đừng / nhắn tin / sếp / .

→ _____

單字

báo cáo 報告   **đón**（迎）接   **làm ồn** 喧鬧、吵鬧   **bia** 啤酒   **hoa lan** 蘭花   **hoa hồng** 玫瑰花
đi thăm 去拜訪   **nhắn tin** 發訊息

16

越南語句型

± 感嘆句

216.MP3

感嘆句是以【感嘆詞＋句子】或【句子＋感嘆詞】的方式成立，感嘆詞會出現在句首或句尾，如「ôi, ối, ơi, ái, quá, thật, biết bao, thế, ghê, thiệt」等等。感嘆句的使用能表現出話者**對某事的態度、評價、狀態的認知或精神、喜怒哀樂、驚訝、激動等情緒**。其中「ôi, ối, ơi, thiệt, ghê」這幾個是南部地區常用的感嘆詞。

Trời ơi! 埋怨
感嘆

天啊！

嘆息
Ôi, tôi quên mất ví rồi!
感嘆

哎，我忘掉錢包了！

嘆息
Ái, đau quá!
感嘆

哎，好疼！

讚嘆
Đẹp thật!
感嘆

真漂亮啊！

讚嘆
Con mèo kia đáng yêu ghê!
感嘆

那隻貓好可愛哦！

■ 請寫出你聽到的感嘆詞

(1) **Bông hoa đẹp** _____!

(2) **Mẹ** _____! **Món này ngon** _____!

(3) **Trời** _____! **Lại quên không mang ví rồi.**

(4) **Cô ấy tốt** _____!

(5) **Mưa to** _____!

■ 填空題（請依下列的提示作答）

lãng mạn / rộng / đẹp / xinh / ngon

(1) **Hôm nay trời** _____ **thật!**
（今天的天空真漂亮！）

(2) **Bạn nấu ăn** _____ **ghê!**
（你煮飯超好吃哦！）

(3) **Em** _____ **quá!**
（妳好漂亮哦！）

(4) **Phong cảnh ở đây** _____ **biết bao!**
（這裡的風景多麼地浪漫！）

(5) **Nhà của bạn** _____ **thiệt!**
（你的房子真大！）

單字

bông hoa 花朵　　**phong cảnh** 風景　　**lãng mạn** 浪漫

17 ⚊⚋ 因果句

越南語句型

217.MP3

　　因果句是指表述原因和結果關係的句子，通常透過表因果的關係詞將句子分成兩個分句，一邊提示原因、一邊闡述結果，**在越南語的句型結構中，可以先說原因，再說結果。反之亦可以先說結果，然後再提示原因。**在因果句中，可透過不同的因果關係詞，分別表達出有利、被害及中性的三種原因面向。

　　首先講的是**有利傾向**的因果關係詞【nhờ / nhờ có＋原因＋nên＋結果】及【結果＋nhờ / nhờ có＋原因】，即描述正面情事的「因為…，所以…」。

表述原因　表述結果

Nhờ anh nên tôi được thăng chức.

原因內容　　　　　　結果內容

因為有你，我才能升職。

表述原因

Tôi thi đỗ đại học là nhờ có sự giúp đỡ của bạn.

結果內容　　　　　　　　原因內容

我考上大學是多虧了你的幫助。

　　接著講的是**被害傾向**的因果關係詞【tại / tại vì＋原因＋nên＋結果】及【結果＋tại / tại vì＋原因】，即描述負面情事的「都是因為…（害的），所以才…」。

表述肇因　　　表述後果

Tại vì hết tiền nên tôi đi làm thêm vào buổi tối.

原因內容　　　　　　　結果內容

都是因為沒錢，所以我晚上才去打工。

表述肇因　表述後果

Tại anh nên tôi mới đến muộn.

原因　　　　　結果

都是因為你害的，所以我才遲到。

最後講的是**中性傾向**的因果關係詞【vì / do / bởi / bởi vì＋原因＋nên / mà＋結果】及【結果＋vì / do / bởi / bởi vì＋原因】，此因果關係詞是描述客觀事實的「由於…，所以…」、「因為…，所以…」，沒有任何正面或負面的觀感在裡面。

表述原因　　　　　　　　　表述後果

Vì cuối tuần được nghỉ **nên** mình muốn mời bạn đi ăn.
　　　　　原因內容　　　　　　　　　　　結果內容
因為週末休息所以我想請你去用餐。

表述原因　　　表述結果

Do trời lạnh **mà** chúng tôi không đi xe máy nữa.
　　原因內容　　　　　　　　結果內容
由於天冷，所以我們不騎（機）車了。

課後練習

■ 填空題（請依下列的提示作答）

Tại vì / Vì, nên / Bởi vì nên / Nhờ, mà

(1) ＿＿＿＿＿＿ quá đói ＿＿＿＿＿＿ em gái tôi đã ăn ba bát cơm.
（因為過餓，所以我妹妹已經吃下三碗飯了。）

(2) ＿＿＿＿＿＿ thích mùa hè ＿＿＿＿＿＿ tôi quyết định sẽ đến Sài Gòn.
（因為喜歡夏天，所以我決定了將會去西貢。）

(3) ＿＿＿＿＿＿ cô giáo ＿＿＿＿＿＿ tôi đã biết nói tiếng Việt.
（托（女）老師的福，我已經會講越南語了。）

(4) ＿＿＿＿＿＿ bỏ cuộc quá sớm ＿＿＿＿＿＿ bây giờ anh ấy trắng tay.
（因為放棄得太早，所以他現在兩手空空。）

(5) ＿＿＿＿＿＿ cô đơn ＿＿＿＿＿＿ em ấy muốn tìm người tâm sự.
（因為孤單，所以她想找人說心事。）

■ 聽力填空題

(1) **Bởi vì không ＿＿＿＿＿＿ nên không thể mua ＿＿＿＿＿＿.**
（因為沒帶錢，所以不能買衣服。）

(2) **Nhà tôi không có chuột là nhờ ＿＿＿＿＿＿.**
（多虧家中養了貓，所以沒有老鼠了。）

(3) **Vì cuộc sống ở Việt Nam rất ＿＿＿＿＿＿ nên tôi đã đến đây ＿＿＿＿＿＿.**
（因為越南的生活很有趣，所以我就來到這裡工作。）

(4) **Anh ấy thích đọc ＿＿＿＿＿＿ vì cốt truyện rất ＿＿＿＿＿＿.**
（他喜歡看小說是因為故事情節很吸引人。）

(5) **Tại ＿＿＿＿＿＿ nên bạn ấy đã ＿＿＿＿＿＿ sớm rồi.**
（她因為頭痛，所以早早就睡了。）

單字

quyết định 決定　　**cô đơn** 孤單　　**tâm sự** 傾訴、說心事　　**tiểu thuyết** 小說　　**cốt truyện** 故事　　**hấp dẫn** 吸引人

Phần 02

⑰ 越南語句型 — 因果句

越南語句型

18 ⊜ 條件句

　　條件句是表示**條件發生與否或是發生之後與結果之間關係的句子。**在此句型中，常見的條件結構有【nếu＋條件＋thì＋結果】（如果…，就…）、【giá mà＋條件＋thì＋結果】（若是…／假若…，早就…）、【bất luận＋條件＋結果】（無論…）及【dù cho／kể cả＋thì＋結果】（就算…）等等。特別注意的是，這些表示**條件的關係詞通常僅置於句子前方，但當條件句子前後都是同一個主詞的話，條件關係詞則可以置於主詞之後。**

　　　　　　條件成立下　　　　　　　進行某行動

Nếu tối nay không mưa thì chúng
　　　　　　條件內容　　　　　　　成立後的結果

ta đi chợ đêm chơi.
　　成立後的結果
如果今晚不下雨我們就去夜市玩。

　　　　條件成立下　　　進行某行動

Giá mà có tiền thì em đã mua cho
　　　　　　條件內容

bố mẹ một căn nhà thật to.
　　　　　　成立後的結果
若是當時有錢的話，我早就已經給父母買了一套大大的房子。

　　　　條件成立下　　　　維持某狀態

Bất luận mình nói gì sếp cũng tin.
　　　　　條件內容　　　　成立後的結果
無論我說什麼老闆都信。

　　　條件成立下　進行某行動

Kể cả chết thì tôi cũng không đầu hàng.
　　　條件內容　　　　　　成立後的結果
就算死我也不投降。

■ 填空題（請依下列的提示作答）

Kể cả, thì / Bất luận, thì / Giá mà, thì / Nếu, thì

(1) _____ mình là bạn _____ mình sẽ không làm như vậy.
（如果我是你的話，我不會這麼做。）

(2) _____ mùa đông đến _____ tôi vẫn bật điều hoà khi ngủ.
（就算冬天到了，我還是會開著空調睡覺。）

(3) _____ cuối tuần hay nghỉ lễ _____ giám đốc vẫn phải làm việc.
（不論是週末還是假日，經理還是得去工作。）

(4) _____ có nhiều tiền _____ tốt biết mấy.
（假如有很多錢的話那該有多好！）

■ 是非題

_____ (1) Tuy tôi là giám đốc thì tôi sẽ cho hắn nghỉ việc.

_____ (2) Mặc dù anh ấy đẹp trai nhưng không có bạn gái.

_____ (3) Nếu đi ngủ sớm thì có thể dậy sớm.

_____ (4) Giá mà học hành chăm chỉ thì bây giờ tôi đã có thể trở thành luật sư.

單字

hắn（對晚輩或不需要禮貌對待的人使用的）他　　**học hành** 學習　　**luật sư** 律師

219.MP3

　　被動句表示主體（主語）**透過其他施事者（行為加諸者）的行為，因而得利或是受害**。在越南語中，當使用被動句時要注意，**被動的結果好與不好，使用的是不同的被動的關係詞**，如果是**得利時**是使用【**主語＋được＋施事者＋施予的行為**】（主語得到施事者施予某行為），而若是**受害時**，則是使用【**主語＋bị＋施事者＋施予的行為**】（主語遭受施事者施予某行為）。主體往往是接受被動的主要對象，故**置於句首當主詞**。此外，若不特別提及時，**施者事亦可以在表達中省略**。

Con bị bạn cùng lớp đánh.
　　主語　遭到　　　　施事者　　　　施加的動作
小孩被同學打。

Nó bị cho nghỉ việc rồi.
　主語　遭到　　　施加的動作
他被遣散了。

Chị Mai được công ty cho đi du lịch.
　　主語　　　得到　　施事者　　　施加的動作
公司讓梅姊去旅遊。

Con mèo được chủ mới nuôi rồi.
　　主語　　　得到　　施事者　　施加的動作
貓被新主人養了。

Ngôi nhà này được xây năm 1983.
　　　主語　　　　得到　施加的動作
這套房子是 1983 年蓋的。

此外，有一些情況下「bị」本身雖然有「遭受」的意義，但**並不屬於被動句**。這一點要特別注意，因為這類句子出現的頻率不少，所以我們也學起來，避免混淆。當遭受到的狀況並非由另一個人、事、物直接施予動作造成時，能夠以【**主語＋bị＋受害的動作、狀態**】的句型結構表示「遭到⋯不好情況」的意思。

Áo anh <u>bị</u> rách rồi!

<u>主語</u>　　<u>遭受</u> <u>受害的動作</u>

你的衣服被弄破了。

Mình <u>bị</u> ốm rồi.

<u>主語</u>　　<u>遭受</u> <u>受害的狀態</u>

我生病了。

Em <u>bị</u> quỳ hai tiếng đồng hồ rồi.

<u>主語</u> <u>遭受</u> <u>受害的動作</u>

我跪兩小時了。

課後練習

■ 填空題（請適當地填入「được」或「bị」）

(1) **Nhân viên mới ＿＿＿＿＿＿ tăng lương hôm qua.**
（新進人員昨天加薪了。）

(2) **Mình ＿＿＿＿＿＿ mất ngủ.**
（我失眠了。）

(3) **Ông ấy ＿＿＿＿＿＿ táo bón từ tuần trước.**
（他從上週便開始便秘。）

(4) **Thứ hai tuần sau là Trung thu nên công ty ＿＿＿＿＿＿ nghỉ.**
（下星期一是中秋節，所以公司放假。）

(5)　**Con chuột _____ con mèo đuổi đi rồi.**
　　（老鼠被貓趕走了。）

■ **重組題（重組後字首改大寫）**

(1)　**mời / bạn / được / tôi / sinh nhật / .**

　　→ _____

(2)　**hôm qua / tai nạn / anh ấy / bị / rồi / .**

　　→ _____

(3)　**bị / chế giễu / kia / mọi người / học sinh / bạn / .**

　　→ _____

(4)　**được / tôi / điểm / mười / .**

　　→ _____

(5)　**sạch / rồi / được / quần áo / giặt / .**

　　→ _____

註　第 4 題中，因越南採用的教育評分制中，滿分為 10 點（非 100 分），故句中提到「得到 10 點」即等同「拿到滿分」之意。

單字

tăng lương 加薪　　**mất ngủ** 失眠　　**táo bón** 便祕　　**đuổi đi** 驅趕、趕走　　**chế giễu** 調侃、諷刺、嘲諷

使役句表示第一主體（主語）的存在、行為及狀態**導致了另一個主體（使役對象）產生了或發生某些行為及狀態的結果**。一般來說，第一主體及其行為是會置於使役對象之前。使役句的句子很常見，句中通常會出現如「khiến」、「khiến cho」、「làm」、「làm cho」等使役動詞，皆等同於中文「讓」、「使」的意思。

Con gián làm tôi phát điên.

第一主體存在　使役動詞　使役對象發生某行為
蟑螂會讓我抓狂。

Bố mẹ lúc nào cũng chiều chuộng tôi

　　　　　第一主體做了某事

khiến tôi không trưởng thành được.

使役動詞　　　　　使役對象變成某種狀態
因為父母一直寵溺，讓我一直長不大。

另外，使役動詞也可以應用於第一主體的不存在的情況下。此時前接的是某不定人稱所完成的動作、某自然情況的發生，或使役對象自身進行某些動作。

Nếu ăn mặc loè loẹt khiến em tự tin hơn

使役對象自己做了某事　使役動詞　第一主體變成某種狀態

thì em cứ mặc.

如果穿得花花綠綠的能讓你感覺更有自信的話，那你就穿吧！

Xin lỗi, tôi đã khiến bạn thất vọng rồi.

　　　　第一主體　　使役動詞　使役對象變成某種狀態

對不起，我讓你失望了。

■ 填空題（請依下列的提示作答）

nhớ về bố mẹ của mình / không khí trong lành hơn / cảm thấy cô đơn / thư giãn và ngủ ngon hơn

(1) **Trồng cây làm cho** _____.
（種樹讓空氣變得更清新。）

(2) **Ngâm bồn tắm làm cho chúng ta** _____.
（泡澡讓我們放鬆和睡好覺。）

(3) **Nơi đây khiến tôi** _____.
（在這裡使我感到孤單。）

(4) **Xem bức ảnh này làm tôi** _____.
（看這張照片使我想起自己的父母。）

■ 重組題（重組後句首改大寫）

(1) **làm / chú / mặt / ăn mảnh / cho / ấy / mất / rất / .**

→ _____.

(2) **hơn / con người / cho / âm nhạc / của / tươi đẹp / làm / cuộc sống / .**

→ _____.

(3) **khiến / nôn / mùi / cho / sầu riêng / ngửi / tôi / buồn / .**

→ _____.

(4) **tỉnh táo / làm / hơn / chúng ta / cà phê / cho / uống / .**

→ _____.

單字

trồng cây 種樹　**không khí** 空氣　**trong lành** 清新　**ngâm bồn tắm** 泡澡　**thư giãn** 放鬆
ăn mảnh 自己一個人吃　**mất mặt** 丟臉　**âm nhạc** 音樂　**ngửi** 聞　**sầu riêng** 榴槤　**buồn nôn** 嘔吐
tỉnh táo 醒腦

Phần 03

各種必用文法

本篇學習 75 種基礎至中階越南語表達的關鍵文法

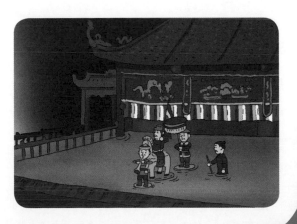

301.MP3

01 與所有格「的」相關的 của

Bố của tôi là người rất chu đáo.
我的爸爸是個非常周到的人。

Đấy là tài liệu của tôi.
那是我的文件。

Cái này là của ai?
這個是誰的？

文法重點

　　越南語在表達所屬關係時會用「của」，其相當於中文的「的」。要注意的是「của」在應用時其所屬關係與中文的「的」接續的順序相反。例：

· Nhà của chúng tôi mới xây.
　我們的房子是剛蓋的。

· Cái túi của mẹ rách rồi.
　媽媽的包包破了。

　　在第一個例句中，中文的表現是「我們＋的＋房子…」的順序，但是在越南語必須相反是「Nhà của chúng tôi」才正確。（「của（的）」必須介於所屬的「Nhà（房子）」之後及擁有者的「chúng tôi（我們）」之前才正確。）

當「**của**」表示親屬關係和身體部分等時，我們可以省略「**của**」。如果句中有出現兩個以上的「**của**」，為了讓句子的表達更順一些，可以省略離主語最近的那個。例如：

「**Công việc của mẹ của tôi**」（我的媽媽的工作）→「**công việc của mẹ tôi**」（我媽媽的工作）。

A：Quyển sách này là của ai vậy?　　　A：這本書是誰的呢？

B：Sách của bạn cùng phòng tớ.　　　B：我室友的書。

A：Tại sao cậu lại đọc sách này?　　　A：你為什麼要看這本書？

B：Vì tớ đang muốn học tiếng Việt.　　B：因為我正想要學越南語。

A：Cậu nên tìm giáo viên thì tốt hơn.　A：你應該找老師教會更好。

B：Tớ định đăng ký học ở khoa tiếng　B：我打算報名讀河內大學的越南文系。
　　Việt của trường Đại học Hà Nội.

■ 是非題

_____ (1) **Gia đình của tôi có bốn người.**

_____ (2) **Bạn của sở thích là gì?**

_____ (3) **Món quà này là mẹ của tôi tặng.**

_____ (4) **Công ty tôi là công ty của giày da.**

_____ (5) **Em gái tôi nói là sẽ về trễ.**

■ 重組題（重組後句首改大寫）

(1) **là / tên / của / gì / bạn / ?**

   → _____

(2) **của / bố mẹ / tôi / là / nghề nghiệp / nhân viên / .**

   → _____

(3) **hoá đơn / đây / là / anh / của / .**

   → _____

(4) **sống / tôi / của / công ty / kí túc xá / ở / .**

   → _____

(5) **ai / biết / không / bạn / cái này / là / của / ?**

   → _____

02 與「也」相關的 cũng

302.MP3

 Bạn tôi cũng có nốt ruồi ở dưới mắt.
我朋友的眼睛下面也有顆痣。

 **Nữ y tá cũng khóc theo bệnh nhân.**
女護理師也跟著患者哭。

 文法重點

　　「**cũng**」在越南語裡是表達相同範圍的副詞，跟中文的「也」非常接近。「**cũng**」的用法一般只用描述「相同情況、相同群組」等的意思，一般是修飾形容詞或動詞。當想要表達總括結論，在句中有配合使用疑問代名詞時，「**cũng**」這時就可以當作等同中文的「都」來想。

· Ai cũng phản đối kịch liệt chuyện tôi mở nhà hàng.
　所有人強烈的反對我開餐廳的事。

· Chỉ cần là đi với người mình thích thì đi đâu cũng được.
　只要是跟自己喜歡的人一起去，去哪裡都行。

 會　話

A：Mẫu người yêu lý tưởng của cậu　　A：妳心中理想的對象是怎麼樣的人？
　　là gì?

B：Đẹp trai, cao, ấm áp, ga lăng và tốt bụng.

B：長得帥、個子高、暖男、浪漫又善良。

A：Người yêu như vậy chỉ xuất hiện trong phim thôi, ngoài đời không có đâu.

A：這樣的人只會在出現在電影裡，在這世上是找不到的喔！

B：Thế còn cậu?

B：那妳呢？

A：Mình cũng thích đẹp trai, ga lăng nhưng không cần quá cao, cao hơn mình một chút là được.

A：我也喜歡長得帥的、浪漫的，但不用太高，比我高一點就好。

B：Sao thời buổi bây giờ ai cũng quan tâm đến ngoại hình thế nhỉ?

B：怎麼現在這個世上大家都在乎外貌呢？

A：Cậu cũng quan tâm còn gì.

A：妳不也是在乎嗎？

B：Chính vì thế mà giờ vẫn ế.

B：就是這樣，所以現在還嫁不出去呀！

課後練習

■ 連連看

(1) **Em cũng muốn** A. là một cảm giác không dễ chịu chút nào.

(2) **Xã hội bây giờ** B. đang là vấn để cần được quan tâm.

(3) **Bạo lực học đường cũng** C. trở nên chín chắn và tự do tiền bạc.

(4) **Bị phủ nhận cũng** D. quan tâm đến sở thích của con cái.

(5) **Phụ huynh cũng cần** E. cũng đang dần dần phát triển.

■ 選擇題

(1) **Anh trai tôi là kế toán, tôi _____ là kế toán.**

　① **cũng** 　② **đều**

(2) **Học sinh ở trường này _____ có thành tích tốt.**

　① **cũng** 　② **đều**

(3) **Người tốt _____ có đặc điểm này.**

　① **cũng** 　② **đều**

(4) **Nay thích ăn gì _____ không thành vấn đề, anh trả tiền hết.**

　① **cũng** 　② **đều**

(5) **Người đó _____ không phải là người xấu, tin tưởng được.**

　① **cũng** 　② **đều**

單字

chín chắn 穩重　**tự do** 自由　**tiền bạc** 財富　**xã hội** 社會　**dần dần** 漸漸　**phát triển** 發展
bạo lực học đường 校園暴力　**phụ huynh** 家長　**kế toán** 會計　**thành tích** 成績　**đặc điểm** 特點
tin tưởng 有信心、值得信任

03 與「可以、能」相關的 có thể、được

303.MP3

Mình **có thể** ăn đậu phụ thối.

我可以吃臭豆腐。

Món này anh nấu **được**.

這道菜我能做。

Em **có thể** đi **được**.

我可以去。

文法重點

　　「**có thể**」和「**được**」在日常生活中用於「可以、能」的意思，兩者的區別可以說是不太明顯，甚至經常搭配一起說。日常生活的話，越南人用「**được**」的頻率較高，表示疑問時「**có thể**」則常用於書面語或客氣的話。下述為「**có thể**」和「**được**」的不同句型結構。

　　「**có thể**」後面主要接動詞；「**được**」和「**có thể**」相反，只能接於動詞之後擔任補語成分，如：

· Em có thể nói tiếng Anh.
　Em nói được tiếng Anh.
　Em có thể nói được tiếng Anh.
　我可以說英語（我能說英語）。

表達否定時，兩者皆不能在前面或後面加否定詞「**không**」。「**có thể**」要說成「**không thể**」，「**được**」要說成「**không ＋ 動詞＋ được**」：

· Các anh ấy không thể bơi.
Các anh ấy không bơi được.
Các anh ấy không thể bơi được.
他們不會游泳。

用在否定句中的時候，句尾加上疑問詞「**không**」就能構成疑問句型「能不能…？」、「能…嗎」、「可以…嗎？」、「可不可以…？」。這時，「**được**」要說成「**được không**」，但是「**có thể**」卻不能說成「**có thể không**」，「**có thể**」與「**không**」之間必需存在動詞才可以。也許是由於「**có thể**」的表達較長，而越南人在口語不太習慣說過長的句子，所以口語中才會常用「**được**」。

· Bạn ăn được đậu phụ thối không?
Bạn có thể ăn đậu phụ thối không?
Bạn có thể ăn được đậu phụ thối không?
你能吃臭豆腐嗎？

很明顯，第一句的長度最短所以口語中最常用；而書面語或客氣一點的說法就喜歡說得落落長一點，因此在這樣的前提下，第二及第三句則更為適合。

請注意，「**không được**」與上述的「**không thể**」及「**không ＋ 動詞＋ được**」雖然表達上相似，但它在越南語中是「不允許」的意思，應用上不能相提並論。

· Không được nói!
不許說！

· Hôm nay không được ra ngoài.
今天不許出門。

Không được ăn trộm!
不准偷竊！

A：Bạn ăn được đậu phụ thối không?　　A：你能吃臭豆腐嗎？今天我請客。
　　Hôm nay mình mời.

B：Tất nhiên là mình ăn được.　　　　　B：我當然能吃。

A：Ôi! Mình quên không mang ví rồi.　　A：哎！我忘帶錢包了。

B：Mình có thể cho bạn mượn tiền.　　　B：我可以借錢給你。

A：Thôi, hôm nay bạn trả đi. Lần sau　　A：算了，今天讓你付吧！下次我請你吃
　　mình mời món khác được không?　　　　別的，可以嗎？

B：Ừ, nhất trí.　　　　　　　　　　　　B：嗯，好呀（達成共識）！

■ 是非題

_____ (1) **Chúng tôi có thể hỏi một câu không?**

_____ (2) **Món này mình không ăn được.**

_____ (3) **Tôi có thể nói tiếng Việt nhưng không có thể viết.**

_____ (4) **Anh không được hút thuốc ở đây.**

_____ (5) **Ai được giúp tôi một việc.**

■ 聽音檔回答問題

(1)　**Bạn nói được tiếng Việt không?**
（你能說越南語嗎？）

→ _____

(2)　**Bạn có thể đi được xe máy không?**
（你會騎機車嗎？）

→ _____

(3)　**Bạn chơi bóng đá được không?**
（你會踢足球嗎？）

→ _____

(4)　**Bạn có thể nấu ăn không?**
（你會煮飯嗎？）

→ _____

(5)　**Bạn ăn được món bún đậu mắm tôm của Việt Nam không?**
（你能吃越南的豆腐蝦醬米線嗎？）

→ _____

Phần 03

(03) 與「可以、能」相關的 *có thể、được*

單字

câu 句（話）　**bóng đá** 足球　**món bún đậu mắm tôm**（越南料理）豆腐蝦醬米線

304.MP3

04 與「在」相關的 ở / tại

Anh ấy đã ở bên cô Lan bao lâu rồi?
他已經在蘭老師身邊多久了？

Chị ấy ăn cơm ở nhà chú Dân.
她在民叔的家中吃飯。

Nghe nói chị Hoa bây giờ đang sống tại Nhật Bản.
聽說花姊現在在日本生活。

Nghe nói anh Sơn đã mở cửa hàng tại thành phố Hải Dương.
聽說山哥在海陽市開了餐廳。

文法重點

　　越南語中當要表示定位的位置時會使用「ở」或是「tại」表達，相當於中文的介詞「在」。這兩者意思相同，但是「tại」的應用比較局限，通常只能後接地區或者地點等詞彙。但當要強調表現時，兩者亦可以搭配使用，後面也只能接地點詞彙。

· Họ đã đánh nhau ở tại căn phòng này.
他們就在這間屋子打架。

　此外，「ở」可以後接方位表達（「ở＋方位 / 方向」），但是「tại」不可以。

· Ở trên bàn có con mèo con.
在桌子上有一隻小貓。

· Ở phía đông của Việt Nam có biển.
在越南的東方有海洋。

　越南語中，可以與 ở 相接的主要方位及方向有哪些？

trên 上	dưới 下	trái 左	phải 右
trước 前	trong 中	sau 後	bên 旁邊
phía đông 東邊、東方	phía tây 西邊、西方	phía nam 南邊、南方	phía bắc 北邊、北方

　ở 當作一般動詞時，也有「住（在）」的意思。

· Em thích ở Việt Nam hay là Đài Loan?
你喜歡住在越南還是臺灣？

· Tối nay anh sẽ ở khách sạn.
今晚我會住在飯店。

· A: Anh lấy vợ chưa?
　A：你結婚了嗎？
　B: Rồi. Anh đang ở riêng.
　B：結婚了。但我現在分居了（我自己一個人住了）。

　「tại」雖然可以置於一般的代名詞前，但這時候就變成了敘述原因的「因為」。特別注意，「tại」只用於表述壞的原因，好的原因會用「nhờ」，而中性的用「vì」。

· Tại anh mà cô ấy mới ra nông nỗi này.
都是因為你，她才會落入這般田地。

· Tất cả là tại chúng tôi đã không tìm hiểu rõ ràng trước khi đưa ra quyết định này.
這一切都是因為我們在做出這個決定之前沒有先弄清楚。

A：Em học ở trường đại học nào?

A：你在哪所大學念書呢？

B：Em học ở trường Đại học Sư phạm, ở trên Thái Nguyên.

B：我在師範大學念書，在太原（省）那邊。

A：Em học khoa gì?

A：你讀什麼系呢？

B：Em học tại khoa tiếng Anh.

B：我讀英文系的。

A：Tại sao em lại học tiếng Anh?

A：你為什麼要去讀英文系？

B：Tại bố mẹ em bắt học, bố mẹ em bảo nếu biết tiếng Anh thì lương sẽ rất cao.

B：還不是我爸媽逼我去讀的，他們說要是會英文的話，將來能拿高薪。

A：Em có học thêm tiếng khác nữa không?

A：你有學別的語言嗎？

B：Em có, em học tiếng Trung ở tại trường luôn.

B：有，我就在我們學校裡學中文。

■ 選擇題

(1) Chú Hùng đang ＿＿＿＿＿＿＿＿ đâu, cô có biết không?

    ① tại   ② ở

(2) Có hai quả dưa hấu ＿＿＿＿＿＿＿＿ trong tủ lạnh, em lấy ra đi.

    ① tại   ② ở

(3) Dù có chuyện gì xảy ra đi chăng nữa thì gia đình sẽ luôn ＿＿＿＿＿＿＿＿ bên cạnh con.

    ① tại   ② ở

(4) Sáng chị ấy đi làm ở công ty còn tối chị ấy học thêm ＿＿＿＿＿＿＿＿ nhà.

    ① tại   ② ở

(5) ＿＿＿＿＿＿＿＿ nhà có trẻ nhỏ nên không ai được hút thuốc ＿＿＿＿＿＿＿＿ trong nhà.（兩處空白皆為同一個選項）

    ① tại   ② ở

■ 填空題（請依下列的提示作答）（填入後句首改大寫）

vì / ở / tại / nhờ

(1) Em đã được nhận vào làm ＿＿＿＿＿＿＿ nhà máy, tất cả là ＿＿＿＿＿＿＿ chị.
（多虧了妳，我已經被錄取進工廠上班。）

(2) ＿＿＿＿＿＿＿ sự cố năm ngoái mà toà nhà này không được xây dựng hoàn tất vào năm 2025.
（這棟大樓因去年的事故，到 2025 年為止都未能竣工。）

(3) Mọi người thi vào trường đại học là _____ mục đích gì?

（大家是為了什麼目的而考進大學的呢？）

(4) _____ lấy vợ nên nó đã ra ở riêng và mua xe riêng rồi.

（他因為娶了老婆，所以已經搬出去住還買私家車了。）

(5) Tối qua cảnh sát đã vây bắt hai thủ phạm khi đang hành hung _____ khu rừng này.

（昨晚員警在森林裡圍捕了兩名正在行兇的犯人。）

單字

dưa hấu 西瓜 **đi chăng nữa** 不管… **nhà máy** 工廠 **nhờ** 煩勞 **sự cố** 事故 **toà nhà** 大樓
xây dựng hoàn tất 竣工 **mục đích** 目的 **vây bắt** 圍捕 **thủ phạm** 罪犯 **hành hung** 行兇 **rừng** 森林

305.MP3

05 與「事、事情」相關的 chuyện / việc / điều

Chị ấy tìm anh có chuyện gì thế?
她找你有什麼事呢？

Lúc còn học đại học, tôi và các bạn cùng phòng thường nghe chuyện ma trước khi ngủ.
還在上大學的時候，我和室友們常常睡前在聽鬼故事。

Đọc nửa cuốn sách mỗi ngày đối với tôi là việc không thể.
一天閱讀半本書對我來說是不可能的事。

Luyện kỹ năng nghe là việc quan trọng khi học ngoại ngữ.
學外語時，練習聽力是重要的事。

Anh có điều này muốn nói với em.
我有話想告訴妳。

Hợp đồng có tất cả 25 điều.
合約一共有二十五條。

越南語中，「**chuyện**」、「**việc**」、「**điều**」三者主要都表示「事、事情」，但是使用上都有明顯的差別。「**chuyện**」用於「具有故事性、具有背景及細節狀況」的「事」，即非單純敘述一件事時的表達使用「**chuyện**」；而相對的，沒有故事性的或需要發揮勞力完成的「事」，可想像它在情境裡它表示的是一項「工作、作業」等，則是以「**việc**」來表達。此兩者皆有將動詞名詞化的功能。

- Xảy ra chuyện lớn rồi.（←「出事」通常都有，具體細節）
  出大事了。

- Thất bại cũng là chuyện tốt.（←有邏輯道理的事）
  失敗也是好事。

- Anh có chuyện phải làm, anh về trước đây.（←表示有一連串的事情要做。）
- Anh có việc phải làm, anh về trước đây.（←表示有一件事或其他的某些事情要做。）
  我有事要做，我先回去了。

- Ngày xưa, việc nấu ăn là của phụ nữ.（←單純的表達由婦女負責烹調的工作。）
  在早期，煮飯是女性的工作。

　　「**điều**」限制於「單純在口語上提到一件事」時使用，與上述的「**chuyện**」（具故事細節性的事）及「**việc**」（需要動用勞力的事）有所不同。「**điều**」本來是「條」字的漢越詞，可以理解「**điều**」是像中文對於法律規章的條文量詞使用，相當於中文的「條」。額外一提的是，若你是懂得台語的話，可以用台語裡分列事單位的用語「**tiâu**（←此為台語音），條」來推想。

- Tôi có điều muốn nói.
  我有話想說。（直譯：我有件事想說。）

· Tôi làm điều này là không đúng.
我做了這件事是不對。

· Hợp đồng quy định 2 điều khoản như sau:
· Điều 1: không chuyển nhượng cho người khác.
· Điều 2: thanh toán đúng hạn.
合約中有後述的兩條規定：
第 1 條：不可轉讓於他人。
第 2 條：按時結算。

A：Cho anh xin lỗi chuyện hôm qua nhé!

A：昨天的事對不起哦！

B：Anh làm sai việc gì mà xin lỗi?

B：你做錯什麼了嗎？為什麼要道歉？

A：Hôm qua anh đã không đưa em về nhà, trước khi em về anh còn nói những điều không tốt với em.

A：昨天我沒送妳回家，在妳回去之前我還跟妳說些不好的事。

B：Lúc đó anh đã khẳng định những điều anh nói là đúng mà, qua một đêm lại thay đổi suy nghĩ à?

B：當時你很肯定你說的事是對的，一夜之間想法又變了嗎？

A：Tại anh yêu em quá, nên đã ghen tuông vớ vẩn.

A：只怪我太愛妳了，所以就一昧地吃醋。

B：Tha thứ cho anh cũng được, nhưng anh lấy gì bù đắp cho em. Hôm qua em khóc nhiều lắm đấy.

B：要原諒你也可以，但是你拿什麼補償我。你知道昨天我哭的多慘。

A：Ngoại trừ những việc phóng hoả đốt nhà thì việc gì anh cũng sẽ

A：除了些放火燒房子的事以外，其他的我都聽妳的。這樣可以嗎？

nghe theo em. Như vậy có được
không?

B：Nói được phải làm được nha.　　　B：說到要做到哦！

■ 填空題（請適當地填入「chuyện」、「điều」或「việc」）

(1)　Uống rượu là một trong những _____ phá hoại chức năng của gan.
（喝酒是損害肝功能的原因之一。（直譯：喝酒是損害肝功能的其中一件事））

(2)　Ở trên đời này, làm _____ tốt lúc nào cũng khó.
（在這個世上，無論何時，做好事都很難。）

(3)　Dù cho người ta có nói _____ gì xấu về nhà anh ấy, tôi không
bao giờ tin.
（無論大家議論關於他家的任何壞事，我都不會相信。）

(4)　Tôi không thích làm _____ nhà.
（我不喜歡做家務。）

■ 是非題

_____ (1) Chuyện mua bán chung cư trái phép sẽ phải ngồi tù.

_____ (2) Việc kinh doanh có thuận lợi không?

_____ (3) Đây là việc lớn, mọi người cần bàn bạc kỹ lưỡng trước khi đưa ra
quyết định.

_____ (4) Chuyện xây trường học ở nông thôn là chuyện rất cần thiết.

単字

phá hoại 損壞、損害　**chức năng** 功能　**gan** 肝　**trái phép** 非法　**ngồi tù** 坐牢　**bàn bạc** 商議、討論
kỹ lưỡng 徹底、仔細　**xây trường học** 建校　**cần thiết** 必要

306.MP3

06 與「都」相關的 đều

Họ đều là người Việt Nam.
她們都是越南人。

Bố mẹ tôi đều đã già rồi.
我的父母都已經老了。

文法重點

　　「đều」在越南語裡是指概括一個範圍的副詞，用法跟中文的「都」相同。「đều」的重要用法結論出一個總括，這個詞不會跟疑問詞相結合（若要對同一範圍內的人、事、物提出疑問時，只能用「cũng」）。「đều」的主詞必須是複數，如「我們」、「他們」等等。

- Tuần nào công ty tôi cũng được nghỉ chủ nhật.
  每週日我們公司都放假。

- Đây đều là món tôi thích.
  這些都是我喜歡的菜。

- Chúng tôi đều là du học sinh.
  我們都是留學生。

Chúng tôi đều là du học sinh.

A：Dạo này trông cậu béo quá nhỉ!

B：Mỗi lần gặp nhau cậu đều bảo tớ béo là sao?

A：Không phải thế à? Mỗi sáng cậu đều ăn những gì?

B：Sáng nào tớ cũng ăn bánh mì hoặc phở, có ăn nhiều đâu mặc dù món gì cũng rẻ.

A：Thế mỗi đêm cậu ăn những gì?

B：Đêm nào người yêu tớ cũng rủ đi ăn đêm, nên ban ngày tớ phải ăn ít.

A：Thảo nào cậu béo hơn cả con lợn là phải.

B：Ức hiếp người quá đáng rồi đấy nha.

A：最近妳看起來好胖哦！

B：每次見面你都說我胖是怎麼回事？

A：難道不是嗎？每個早上妳都吃了些什麼？

B：每個早上我都吃麵包或河粉，雖然便宜，但我都沒有吃多。

A：那每天深夜妳都吃些什麼？

B：每天深夜我男朋友都約我去吃宵夜，所以白天我會少吃一些。

A：難怪妳比豬還胖！

B：你欺人太甚了哦！

■ 是非題

_____ (1) **Tôi và em gái đều có sở thích bơi lội.**

_____ (2) **Bố tôi lúc nào đều nghiêm khắc với tôi.**

_____ (3) **Tôi là con một, bạn ấy đều là con một.**

_____ (4) **Cả tuần này đều mưa.**

_____ (5) **Ai đều đẹp.**

■ **翻譯題**

(1)　我和他都是行政人員。

　　→ _____

(2)　我們都是年輕人。

　　→ _____

(3)　每天早上我都喝一杯咖啡。

　　→ _____

(4)　每一本書我都愛看。

　　→ _____

(5)　這些房子都賣光了。

　　→ _____

單字

bơi lội（名詞）游泳　**nghiêm khắc** 嚴格　**con một** 獨生子　**nhân viên hành chính** 行政人員

307.MP3

07 與「試」相關的 thử

Tôi muốn làm thử công việc này.
我想試試這份工作。

Trước khi mua phải thử.
買之前要試試。

文法重點

　　「thử」是「試、嘗試」的意思。「thử」可以當作動詞單獨使用，也可以跟其他的動詞相結合，更明確地表達「試做…」某個動作的意思。例如：ăn thử（試吃）、làm thử（試做）、mặc thử（試穿）、thử hỏi（試問）等等。「thử」與其他動詞相結合時，可以自由置於該動詞的前方或後方，皆不影響語義的表達。

A：Ăn thử đi.

B：Gì vậy?

A：Mình mới học trên mạng cách nấu món này nên đã nấu thử.

A：試吃看看吧！

B：試吃什麼呀？

A：我剛在網上學到這菜的做法，所以就試做了。

B：Thôi, mình không ăn đâu. Trông có vẻ không ngon chút nào.

B：你得了吧！我才不吃。看起來一點兒都不好吃呀！

A：Phải thử mới biết có ngon hay không chứ.

A：你要試吃看看才知道好不好吃呀！

B：Ăn là ăn thật, làm gì có chuyện ăn thử.

B：吃就是真的吃下去了，哪有什麼試不試吃的！

A：Ăn thật thì làm sao?

A：真的吃又會怎樣呀？

B：Thử vào sợ bị đau bụng lắm.

B：怕試吃會肚子變很痛。

■ 填空題（請依下列的提示作答）（填空後句首改大寫）

uống thử / nghe thử / làm thử / ăn thử / thử học

(1) _____ bài hát này đi, hay lắm.
（試聽一下這首歌吧！很好聽的！）

(2) **Khó đến mấy chúng ta cũng nên _____**
（即使再困難，我們也應該試著做看看。）

(3) **Mình muốn _____ tiếng Anh qua mạng một tuần.**
（我想在網上試學英語一個星期。）

(4) **Cháu muốn mua nho, có được _____ không cô?**
（老闆娘，我想要買葡萄，能試吃一下嗎？）

(5) **Rượu này không mạnh, _____ chén nhé.**
（這酒不烈，試喝一杯吧！）

註　第 4 句的場景是在向女性攤商購物，在越南語中雖然「**cô**」是「姑姑」，但是因為中文不會稱「女性攤商」為「姑姑」，故譯為「老闆娘」。

Phần 03

⑦ 與「試」相關的 thử

■ 重組題

(1) mượn / cái / thử / máy tính / cho / mình / dùng / .

   → _____

(2) trong / ngày mai / sẽ / cuộc họp / thử / em / phát biểu / .

   → _____

(3) khó / dù / này / tôi / nhưng / làm / vẫn / công việc / muốn / thử / .

   → _____

(4) mình / một / yêu / ai / đó / thử / muốn / .

   → _____

(5) sẽ / đôi / anh / đi / tặng / giày / em / thử / .

   → _____

單字

hay 經常；很棒 **nho** 葡萄 **chén** 杯子 **mượn** 借 **phát biểu** 發表 **cuộc họp** 會議 **tặng** 送

308.MP3

08 與「例如」相關的 *ví dụ* / *ví dụ như* / *chẳng hạn* / *thí dụ*

Bố mẹ tôi thích chơi thể thao, *ví dụ*: quần vợt, cầu lông, bóng bàn.

我爸媽喜歡體育運動，例如：網球、羽毛球、乒乓球。

Việt Nam xuất khẩu nhiều loại hoa quả, *ví dụ như*: sầu riêng, chôm chôm, mít, dừa, v.v.

越南出口許多種類的水果，例如：榴槤、紅毛丹、菠蘿蜜、椰子等等。

Bình thường tôi hay tìm nhà trên mạng, *chẳng hạn như*: raovat.com, chotot.com.

我平時常在網路上找房子，例如：raovat.com, chotot.com。

Tôi không ăn được hoa quả nặng mùi, *thí dụ*: sầu riêng, mít.

我吃不了重口味的水果，例如：榴槤、菠蘿蜜。

文法重點

在越南語中，要表述列舉的人、事、物時，通常會使用「**ví dụ**」、「**ví dụ như**」、「**chẳng hạn**」及「**thí dụ**」這幾個相當於中文的「例如」、「比方說」及「比如」的用語。其中「**ví dụ**」偏向書面語，而「**ví dụ như**」、「**chẳng hạn**」及「**thí dụ**」偏向口語使用。

「**ví dụ**」表述列舉要的人、事、物時，通常要跟「**v.v.**」搭配使用。而「**v.v.**」的唸法是「**vân vân**」，相當於中文的「等等」。

會話

A：Việt Nam có món gì ngon?

A：越南有什麼好吃的？

B：Nhiều chứ, chẳng hạn như: bánh mì, bún chả, phở, xôi, v.v.

B：多的是！比如說：法國大麵包、烤肉米線、河粉、糯米飯等等。

A：Mấy món này là món miền Bắc hay miền Nam?

A：這幾道料理是北越的菜還是南越的菜？

B：Là món miền Bắc nên phải ăn ở Hà Nội mới đúng vị.

B：是北越的菜，所以要在河內吃才正宗。

A：Những món này có đắt không?

A：這些料理貴嗎？

B：Không hề đắt. Chỉ cần khoảng 50 đài tệ là sẽ có một bát phở thơm lừng.

B：一點都不貴。只需要大概 50 塊台幣就吃到一碗香噴噴的河粉。

■ 請依中文重寫下列的句子

(1) **Cô ấy thích học tiếng Anh, tiếng Nhật, tiếng Hàn, tiếng Việt, tiếng Thái, v.v.**（請以 ví dụ như：作答）

（她喜歡學外語，例如：英語、日語、韓語、越語、泰語等等⋯。）

→ _____

(2) **Bình thường ở nhà tôi thích xem phim hài, phim tình cảm, phim hành động, v.v.**（請以 chẳng hạn như：作答）

（平日我喜歡在家裡看電影，例如：喜劇片、愛情片、動作片等等⋯。）

→ _____

(3) **Ông ấy thích màu đen, màu xanh, màu hồng, màu vàng, màu nâu, v.v.**（請以 thí dụ như：作答）

（他喜歡很多顏色，例如：黑色、藍色、粉紅色、黃色、棕色等等⋯。）

→ _____

(4) **Việt Nam có biển Nha Trang, biển Mỹ Khê, biển Vũng Tàu, biển Mũi Né, biển Phú Quốc, v.v. là những bãi biển đẹp.**（請以 chẳng hạn như：作答）

（越南有很多海灘，例如：芽莊沙灘、美溪沙灘、頭頓海灘、美奈海灘、富國海灘等等都是美麗的海灘。）

→ _____

(5) **Trẻ em nên học bơi, học võ, học nhảy, v.v.**（請以 ví dụ như：作答）

（小孩子應該學習各種體育，例如：學游泳、學武術、學跳舞等等⋯。）

→ _____

■ 重組題（重組後句首改大寫）

(1) **nhà / trồng / rau, / nhiều / bà tôi / thí dụ / rau muống, / rất / như / rau cải bắp, / rau mùi / . / :**

→ _____

(2) uống / vitamin C, / vitamin E / em ấy / ví dụ / vitamin B, / hàng ngày / nhiều / rất / vitamin, / loại / . / :

→ _____

(3) sở thích, / v.v. / ví dụ / có / leo núi, / tôi / tập gym, / nhiều / đọc sách / . / :

→ _____

(4) người / sáng / thường / ăn / chẳng hạn / bún, / phở / buổi / Việt / các món, / bánh mì, / như / . / :

→ _____

(5) phần mềm, / thường / ví dụ / shopee, / như / người / mua sắm / các / lazada / trên / Việt Nam / . / :

→ _____

ngoại ngữ 外語　　**phim hài** 喜劇片　　**phim tình cảm** 愛情片　　**phim hành động** 動作片　　**môn thể dục** 體育課
học võ 習武、學武術　　**học nhảy** 學習舞蹈　　**rau cải bắp** 高麗菜　　**rau mùi** 香菜　　**bún** 米線　　**phần mềm** 軟體

09 與「想（要）」相關的 muốn

Họ muốn nhảy việc.
他們想跳槽。

Tôi muốn làm mẹ vui.
我想讓媽媽高興。

Năm sau tôi muốn mua nhà ở trung tâm thành phố.
明年我想要買市中心的房子。

文法重點

　　當越南人要表示主語主觀地想要做或想完成，但不一定非得完成不可的事時，常會用心理動詞「muốn」來表達（相當於英語的「want」）。「muốn」是心理動詞，本身就屬於動詞的一種，因此用法的順序自然與動詞一致。當想要表達否定時，就在前面加「không」即可。

· Mình không muốn chuyển nhà.
　我不想搬家。

· Tối nay chị ấy không muốn ăn tối ở nhà.
　她今晚不想在家吃晚飯。

A：Sắp đến sinh nhật em rồi, em muốn có quà gì?

A：快到你的生日了，你想要有什麼禮物？

B：Em muốn có điện thoại mới và quần áo mới.

B：我想要有新手機和新衣服。

A：Vậy còn đi du lịch?

A：那去旅遊呢？

B：Cái gì em cũng muốn. Em muốn mời bạn bè đến dự sinh nhật nữa.

B：我什麼都想要！我還想要邀請朋友來參加我的生日。

A：Vậy thì ở nhà và tổ chức sinh nhật. Đâu thể mời bạn bè cùng đi du lịch được.

A：那麼在家舉辦生日吧！總不能還邀請朋友一起去旅遊吧！

B：Haha, đúng vậy.

B：哈哈！對呀（說得也是）。

■ 是非題

_____ (1) **Dù bị cận thị nhưng tôi muốn không đeo kính.**

_____ (2) **Chúng tôi muốn ăn món Hàn.**

_____ (3) **Bạn có gì nói muốn không?**

_____ (4) **Muốn hay không muốn thì hãy nói với anh.**

_____ (5) **Tối nay anh muốn đi ngủ sớm.**

■ 重組題（重組後句首改大寫）

(1)　đi / muốn / ngày mai / em / chơi / đâu / ?

　　→ _____

(2)　trở thành / tôi / kỹ sư / muốn / bố mẹ / .

　　→ _____

(3)　tôi / không thể / mình / làm / ở / đây / những / gì / muốn / .

　　→ _____

(4)　xin lỗi / hỏi / một / em / muốn / chút / .

　　→ _____

(5)　muốn / dậy / sáng mai / anh / muộn / .

　　→ _____

單字

cận thị 近視　**đeo kính** 戴眼鏡　**món Hàn** 韓式料理　**kỹ sư** 工程師

310.MP3

10 與「喜歡」相關的 thích

Tôi thích màu hồng.

我喜歡粉紅色。

註 插圖所繪的是越南的 Nhà thờ Tân Định（耶穌聖心堂），該教堂壁身粉紅色聞名，又稱為「粉紅教堂」。

Các bạn ấy thích nghe nhạc Hàn.

他們喜歡聽韓國音樂。

　　「**thích**」也是一個表示心理狀態的心理動詞，與中文的「喜歡」非常接近。日常生活中，想要表達對某種事物的喜歡行為，通常不會用「**yêu**」而是只會用「**thích**」。「**yêu**」是「愛」的意思，用來形容對有生命的人或動物產生情感，不會對無生命的事物、行為產生情感，這就是越南人不說「（×）**thích ăn**（愛吃）」、「（×）**yêu xem**（愛看）」等表現。正確的表達方式是用「喜歡吃」、「喜歡看」，相應的越南語是「**thích ăn**」、「**thích xem**」。

· Bạn gái tôi rất thích ăn món này.
　我女朋友很愛吃這道菜。

· Khi được nghỉ, em ấy thích ngủ.
　放假的時候，她喜歡睡覺。

　　表達否定時，在「**thích**」前面加上否定詞「**không**」即可。

· Bạn gái tôi không thích tôi hút thuốc.
　我女朋友不喜歡我抽菸。

· Con mèo nhà tôi không thích ôm lắm.
我家的貓不太喜歡人家抱牠。

A：Em thích ăn hoa quả của Việt Nam không?　　A：你喜歡吃越南的水果嗎？

B：Có, em rất thích.　　B：我很喜歡。

A：Em thích ăn quả gì?　　A：你喜歡吃什麼水果？

B：Em thích ăn mít, dưa hấu và xoài.　　B：我喜歡吃菠蘿蜜、西瓜和芒果。

A：Em không thích ăn sầu riêng à?　　A：你不喜歡吃榴槤嗎？

B：Chỉ khi buồn em mới thích ăn sầu.　　B：我只在傷心的時候才會喜歡吃榴槤。

A：Tại sao?　　A：為什麼？

B：Bởi vì khi buồn em mới u sầu.　　B：因為傷心的時候我才「發愁」。

註　「榴槤」與「發愁」這兩個詞中都有音「**sầu**」，這是越南人經常藉由此諧音對朋友開玩笑的聊天方式。

■ 是非題

_____ (1) **Món nào người Việt cũng thích cho chanh.**

_____ (2) **Trời lạnh nhưng họ vẫn không thích uống cà phê đá.**

_____ (3) **Mùa hè chúng tôi thích nhất ăn kem.**

_____ (4) **Tôi thích hát thật to mỗi khi buồn.**

_____ (5) **Nó thích kết bạn với người nước ngoài không.**

■ 聽力填空題

310_1.MP3

(1) **Mọi người _____ đi du lịch _____?**
（大家喜歡去旅遊嗎？）

(2) **Bố tôi _____ uống bia còn mẹ tôi _____ uống cô-ca.**
（我爸喜歡喝啤酒，我媽喜歡喝可樂。）

(3) **Em _____ ăn món gì?**
（你喜歡吃什麼菜？）

(4) **Năm sau bố mẹ sẽ cho tôi đi du học nhưng tôi _____ thích.**
（我爸媽明年會讓我去留學，但我不想去（…我不喜歡）。）

(5) **Chị ấy không _____ người nói dối.**
（她不喜歡說謊的人。）

單字

chanh 檸檬　　**mùa hè** 夏天　　**năm sau** 明年　　**nói dối** 說謊

11 與「需要」相關的 cần

Chị ấy rất cần công việc này.
她很需要這份工作。

Cần gì hãy nói với tôi.
需要什麼跟我說。

文法重點

　　「cần」相當於中文的「需要」，後面可以直接加動詞、形容詞、名詞及代名詞。表達否定時，在前面加上「không」即可。

· Tuần này em không cần trực đêm nữa.
　這星期你不需要再值夜班了。

· Con không cần tiền tiêu vặt.
　我不需要零用錢。

　　要注意一下，「不用」在中文裡是比較強烈的說法，委婉的說法是「不需要」。但在越南語中並沒有分別，就只用「không cần」一個說法而已。

· Từ ngày mai anh không cần đến công ty làm nữa.
　從明天起你不用來公司了。

· Không cần nói thì sếp cũng biết.
　不用說上司也知道。

A：Đi du học Nhật cần chuẩn bị những gì?

B：Đầu tiên, bạn cần có bằng tiếng Nhật.

A：Tại sao? Mình không biết tiếng Nhật nên mới cần đi Nhật học.

B：Không cần nói giỏi đâu. Chỉ cần biết một chút là được.

A：Mình hiểu rồi. Có cần đăng ký trước không?

B：Bạn cần đăng ký trước nửa năm.

A：去日本留學需要準備哪些東西呢？

B：首先，你必需要有日語能力證書。

A：為什麼？我就是不會日語所以才需要去日本學習的呀！

B：不需要講得好。只需要會一點就行了。

A：我瞭解了。有需要提前報名嗎？

B：你需要提前半年報名。

■ 選擇題

(1) Em _____ cần nói _____.

　① cần / nữa　② không / nữa　③ không / không　④ có / nữa

(2) Con có _____ mua máy tính mới _____?

　① cần / nữa　② không / nữa　③ cần / nữa　④ cần / không

(3) Tôi _____ mua sách và đồ dùng hàng ngày _____.

　① cần / nữa　② không / nữa　③ muốn / không　④ phải / không

(4)   **Từ mai chị _____ đến đây giúp việc nữa.**

① **không**   ② **cần**   ③ **cần không**   ④ **không cần**

(5)   **Làm việc gì cũng _____ kiên trì đến cùng.**
① **cần**   ② **nữa**   ③ **không**   ④ **có**

■ 翻譯題

(1)   請問你需要什麼？

→ _____

(2)   需要提前準備什麼嗎？

→ _____

(3)   女孩子去旅遊前需要準備很多東西。

→ _____

(4)   我們不需要買微波爐。

→ _____

(5)   夠了，不用買了！

→ _____

單字

đồ dùng hàng ngày 日常用品   **giúp việc** 幫忙做事、幫傭   **kiên trì** 堅持   **đồ** 東西   **lò vi sóng** 微波爐
đủ 夠、足夠

312.MP3

12 與「打算」相關的 định / dự định

Bạn định giải quyết chuyện này thế nào?

你打算怎麼解決這件事？

Em dự định chuyển nhà vào tháng sau.

我打算下個月搬家。

　　「định」及「dự định」表示經過思考後而做出決定，等同於中文的「打算」。「dự định」更常應用在書面語中。

　　當用於名詞的「打算」，則必需使用「dự định」。

· Cuối năm bạn có dự định gì?
　年底時你有什麼打算？

A：Anh định thuê văn phòng làm việc ở quận nào?

A：你打算在哪個郡租辦公室？

B：Anh định thuê ở quận 2, nhưng giá thuê đắt quá.

B：我打算在 2 郡租，但是租金太貴了。

A：Diện tích rộng không, giá bao nhiêu một tháng?

A：那間房的面積大嗎，一個月要多少租金？

B：Diện tích 80 mét vuông, tầng 5, một tháng 18 triệu.

B：面積是 80 平方公尺，位於五樓，租金一個月是 1800 萬盾。

A：Vì bây giờ anh mới bắt đầu mở công ty, em nghĩ anh nên thuê văn phòng diện tích nhỏ thôi, có thể tiết kiệm được một khoản.

A：因為你現在剛開始開公司，我覺得你應該租一間小一點的辦公室，這樣可以省一筆錢。

B：Em nói cũng có lý, nếu em biết chỗ nào cho thuê thì giới thiệu cho anh nhé.

B：你說的也有道理，要是你知道哪裡有在租的話就介紹給我知道一下吧！

A：Mai em định tới công ty bất động sản xem nhà, anh có muốn đi cùng không?

A：明天我打算去約了仲介去找房子，你要一起去嗎？

B：Mai anh không có dự định gì, anh đi với em.

B：明天我沒排行程（沒有什麼打算），我跟你去吧！

註 越南算空間時是直接用平方公尺在算的。

課後練習

■ 連連看

(1) **Đầu năm gia đình tôi định**

A. có con.

(2) **Họ cưới nhau lâu rồi nhưng không định**

B. vay tiền ngân hàng để mua nhà không?

(3) **Học sinh định**

C. chia tay nhau vì không có thời gian ở bên nhau.

(4) **Anh có dự định**

D. đi chùa cúng bái.

(5) **Họ định**

E. đăng ký thi năng lực tiếng Việt.

■ 重組題（重組後句首改大寫）

(1) định / trưa / ngủ / ăn / tôi / xong / đi / .

→ _____

(2) công / tuyển / nhân viên / ty / định / thêm / dự / .

→ _____

(3) đã / dự định / chỗ / làm / họ / chuyển / .

→ _____

(4) không / gì / mai / tối / có / định / chúng / dự / tôi / .

→ _____

(5) xây / chị / dự / nhà / tầng / năm / hàng xóm / định / .

→ _____

單字

cúng bái 祭拜　　**đăng ký** 報名　　**năng lực** 能力　　**vay tiền** 借錢　　**ở bên nhau** 在一起　　**ngủ trưa** 午睡

tuyển 徵、招聘　　**chuyển** 轉、轉行　　**chỗ làm** 工作地點、工作單位　　**xây nhà** 蓋房子

313.MP3

13 與「為了」相關的 để

Tôi học tiếng Việt để đi Sài Gòn du lịch.
我學越南語是為了去西貢旅遊。

Bố mẹ muốn tiết kiệm tiền để lấy vợ cho con.
父母想省錢是為了給孩子娶老婆。

Để nhanh, anh ấy đã đi xe máy đi làm.
他騎機車是為了能快點去上班。

Để nhìn thấy tuyết cả gia đình tôi đã đến Shirakawago.
為了看到雪，我們全家來到了（日本的）白川鄉。

文法重點

越南語通常用「để」來表示某個行為或狀態的最終目的，相當於中文的「為了」。「để」後面只能接動詞及形容詞，所以用「để」表現出來的則是行為或狀態的目的。「để」的位置通常會置於句子後方更為通順，但如果要重點強調目的時，

119

也可以把「**để**」排在句首。

　　特別要注意的是，中文裡的「為了」後面還可以接名詞，但是在越南語裡，如果要在「為了」的前提下接續名詞時，則不能用「**để**」，而要用「**vì**」。「**vì**」可應用在句中的位置較靈活，可根據話者想要強調的目的來決定置放的位置，例如：

· Vì tiền họ đã dốc hết sức lực làm việc.
為了錢，他們已經拼了命地工作。

· Anh sẽ kiếm thật nhiều tiền vì gia đình mình.
為了我們的家，我會賺很多錢。

　　另外，「**để**」還有另一個相當於中文的「讓」的用法。這一點也要特別注意，並不是所有等同中文表達「讓」的語境都可以用「**để**」。越南語的「**để**（讓）」只用在表示「允許」和「提議」時才用，其餘表示「致使（例：讓他跌倒。✕）」的語義時，並不能使用。

· Để mình tính tiền.
讓我來結帳。（提議）

· Để ngày mai làm, bây giờ muộn rồi.
（讓主語）明天再做，現在晚了。（允許）

　　「**để**」當作一般動詞時，也有「放」的意思。

· Mẹ để chìa khoá ở đâu?
媽媽把鑰匙放在哪？

· Để chỗ tài liệu này lên bàn của giám đốc.
把這些檔案放在經理的桌子上。

Để tôi đặt xe cho khách hàng.
（讓）我來幫住客訂車子。

A：Em đến nhà chị có việc gì vậy?

B：Em đến để bàn với chị kế hoạch du lịch tuần sau.

A：Em có định mang mỹ phẩm và áo phao không?

B：Em đi Nhật cũng là để mua mỹ phẩm mà nên em không mang. Nhưng vì chị em sẽ mang theo một ít để chị trang điểm.

A：Nghe nói mùa đông ở Nhật lạnh lắm. Chị hào hứng quá!

B：Em cũng vậy.

A：妳到我家來有什麼事呀？

B：我來是為了和妳談下星期的旅遊計畫。

A：妳有打算帶化妝品和羽絨大衣去嗎？

B：我去日本也是為了買化妝品嘛，所以是不打算帶化妝品。但是為了妳，我會隨手多帶一些讓妳化妝。

A：聽說日本的冬天很冷。我太興奮了！

B：我也是。

■ 是非題

_____ (1) Để trở thành người tốt chúng ta nên bắt đầu làm việc tốt mỗi ngày dù là việc nhỏ.

_____ (2) Vì để phát minh ra bóng đèn, Edison đã mất nghìn lần thử nghiệm.

_____ (3) Cô ấy giả vờ yếu đuối để được người khác quan tâm.

_____ (4) Tôi đã thức cả đêm để viết bài cáo cáo này.

_____ (5) Họ đã đi rất nhiều nơi để lấy cảm hứng sáng tác bài hát.

■ 選擇題

(1) _____ ai mà anh ấy phải chịu khổ?

    ① vì   ② B để

(2) _____ tí nữa đi đá bóng nên hôm nay em ấy đi đôi giầy này.

    ① vì   ② B để

(3) _____ giàu có họ đã phải dốc hết sức lực làm việc.

    ① vì   ② để

(4) Em tới quán này vừa _____ uống cà phê vừa _____ nghe nhạc.

    ① vì / vì   ② để / để

(5) Tôi không thể về nhà _____ trời bỗng nhiên mưa to.

    ① vì   ② để

單字

nói linh tinh 亂講　　**phát minh** 發明　　**bóng đèn** 電燈、燈泡　　**mất** 花費、喪失　　**thử nghiệm** 實驗
giả vờ 假裝　　**yếu đuối** 脆弱　　**thức** 醒　　**báo cáo** 報告　　**cảm hứng** 靈感　　**sáng tác** 創作　　**tí nữa** 等一下
dốc hết 竭盡　　**sức lực** 氣力　　**bỗng nhiên** 突然

14 與「別…；禁止…」相關的 đừng / cấm

Mẹ đừng đi chợ nữa, con vừa đi siêu thị mua cả tủ thịt rồi.

媽媽妳別去菜市場了，我剛去已經在超市買了一冰箱的肉。

Trong giờ học cấm nói chuyện.

上課時禁止聊天。

文法重點

　　「đừng」表示勸誡或命令，等同於中文的「別、不要」；「cấm」表示禁止進行某動作，等同於中文的「禁止」。雖然都當動詞使用，但是兩者在句中的位置有所不同，「đừng」會置於主語之後，而「cấm」置於被禁止行事、事項之前。

· Em đừng đi!
  你別走！

· Khách sạn này cấm hút thuốc.
  這間飯店禁止吸菸。

　　「cấm」可以修飾名詞，但「đừng」不能。

· Cấm người qua lại.
  禁止通行。

· Bố mẹ tôi cấm chúng tôi yêu nhau.
  我爸媽禁止我們談戀愛。

A：Ở trong này hút thuốc được không nhỉ?

B：Đừng hút thuốc trong nhà. Muốn hút anh ra bên ngoài nhé!

A：Ở đây cấm khách hút thuốc à?

B：Đa số các nhà hàng đều cấm hút thuốc. Em thấy như vậy rất tốt, vì khói thuốc lá sẽ ảnh hưởng đến sức khoẻ của người khác, kể cả họ không hút.

A：Anh thì thích ăn ở bên ngoài hơn trong nhà hàng, có thể vừa hút thuốc vừa uống rượu.

B：Anh đừng hút thuốc nữa. Em thấy dạo này anh ho nhiều lắm.

A：這裡能抽菸吧？

B：請別在這裡面抽菸，想抽的話請你出去抽吧！

A：這裡禁止客人抽菸嗎？

B：大部分的餐廳都是禁止抽菸的。我覺得這樣很好，因為香菸會影響到其他不吸菸者的健康。

A：那比起餐廳我更喜歡在外邊吃，可以邊抽菸邊喝酒。

B：你就別抽菸了，我都看你最近經常在咳嗽。

■ 填空題（請適當地填入「đừng」、「không được」或「cấm」）（填空後句首改大寫）

(1) Sách này do công ty tôi xuất bản, _____ sao chép dưới mọi hình thức.

（這本書由我們公司出版，禁止以任何形式複製。）

(2) **Cái này rất nguy hiểm, nếu không phải là bất đắc dĩ thì _____ sử dụng.**
（這個很危險，非迫不得已的時候請勿使用。）

(3) **Luật lái xe _____ uống rượu khi đang lái xe.**
（交通法規定禁止酒後開車。）

(4) **_____ đi dép vào trong nhà.**
（請勿穿鞋進屋。）

(5) **Nếu sếp có mắng thì cũng _____ cãi lại nhé.**
（若是被老闆罵的話也別還嘴。）

■ **連連看**

(1) **Bạn đừng**　　　　　　　　　A. em mong mùa đông đừng đến.

(2) **Trời lại bắt đầu lạnh rồi,**　　　B. làm phiền em gái tôi nữa.

(3) **Đừng ăn sáng nhé!**　　　　　C. không cho chúng tôi vào?

(4) **Tại sao các anh cấm**　　　　D. buôn bán hàng giả.

(5) **Cấm**　　　　　　　　　　　E. **Tớ đã mua bánh mì cho cậu rồi, lát tớ mang đến.**

單字

xuất bản 出版　**sao chép** 抄錄、覆印、翻印　**mọi** 所有　**hình thức** 形式　**bất đắc dĩ** 不得已　**sử dụng** 使用
luật 法（律）　**dép** 拖鞋　**cãi lại** 頂嘴、頂撞　**lát** 等一下、稍後　**buôn bán** 買賣　**hàng giả** 仿冒品

315.MP3

15 與「請」相關的 mời / hãy

Hãy quên chuyện buồn đi.
請忘了傷心事吧！

Mời anh uống trà.
請你喝茶。

文法重點

　　越南語中表示能表示「請」意思有「**mời**」及「**hãy**」。兩者的用法及語境恰恰不同。「**mời**」在口語中與正式場合都比較常用，表示客氣與禮貌的要求，等同於中文的「請」。「**mời**」往往置於句首（主語之前），通常可以跟「**xin**」一起搭配。

· Mời các bạn đứng lên.
　請大家站起來。

· Xin mời mọi người xếp hàng lấy số.
　請大家排隊掛號。

　　「**hãy**」表示命令或勸誡，語氣中帶有些較微弱的強制性，限用於書面語和正式場合，口語中不常使用。「**hãy**」在句中的位置與「**mời**」不同，通常置於主語之後。

· Mọi người hãy nói quan điểm của mình sau khi cuộc họp kết thúc.
　請大家在會議結束後說出自己的觀點。

· Em hãy làm hết mình để không phải hối hận.
　為了避免以後會後悔，請你盡力而為。

「**mời**」當一般動詞使用時，表達「邀請」的意思。

· Mời bạn đến nhà chơi.
請朋友來家裡玩。

· Ngày mai tôi muốn mời bạn đi uống cà phê.
我明天想請你去喝咖啡。

A：Còn phòng trống không? Cho anh thuê hai đêm.

A：還有空房嗎？我要租兩晚。

B：Dạ, còn ạ. Mời anh qua quầy làm thủ tục nhận phòng ạ.

B：有的。請您到櫃檯辦入住手續。

(…)

C：Đây là thẻ phòng của anh. Nếu có thắc mắc gì anh hãy gọi điện thoại cho quầy lễ tân.

C：這時您的房卡。若有任何疑問請您打到櫃檯詢問。

A：Ở đây có ăn sáng và bể bơi, phòng tập gym không?

A：這裡有附早餐和游泳池、健身房嗎？

C：Có ạ. Ăn sáng ở tầng 3, bể bơi và phòng tập gym ở tầng 26.

C：有，早餐在三樓，游泳池和健身房在 26 樓。

A：Ừ. Anh cảm ơn.

A：好的。謝謝你。

■ 是非題

_____ (1) Hãy gọi tôi chị Mai là được rồi.

_____ (2) Hãy mọi người giữ bình tĩnh, đừng kích động.

_____ (3) Chị mời vào!

_____ (4) Xin mời mọi người giữ trật tự.

_____ (5) Mời em quên anh đi.

■ 選擇題

(1) Xin _____ anh Vương đứng lên phát biểu.

　　① mời　② hãy

(2) _____ chị giải thích về tin đồn hôm qua.

　　① Mời　② Hãy

(3) _____ cố gắng thực hiện ước mơ của mình.

　　① Mời　② Hãy

(4) _____ bạn của em cùng tham gia thi đấu bóng bàn.

　　① Mời　② Hãy mời

(5) Chúng ta _____ cùng vỗ tay chào đón vị khách mời của ngày hôm nay.

　　① mời　② hãy

單字

bình tĩnh 冷靜　**kích động** 激動　**trật tự** 秩序　**phát biểu** 發表　**tin đồn** 傳言、傳聞　**thực hiện** 實現
ước mơ 夢想　**thi đấu** 比賽　**bóng bàn** 乒乓球　**vỗ tay** 鼓掌　**chào đón** 歡迎

16 與「從…到…」相關的 từ ~ đến / tới

316.MP3

Khoảng cách từ Hà Nội đến Hồ Chí Minh là 1723 km.

從河內到胡志明市的距離是 1723 公里。

Giờ làm việc của công ty chúng tôi là từ chín giờ sáng tới năm giờ chiều.

我們公司的上班時間是從上午九點到下午五點。

Từ sân bay đến thành phố khoảng 40 phút.

從機場到城市大概四十分鐘。

 文法重點

　　當想要表達一段距離、時間或處所的範圍時，越南語中常使用是「**từ ~ đến / tới**」的句型結構，相當於中文的「從…到…」。兩者可分開使用，「**từ**」用於「從」的意思而「**đến**」或「**tới**」用於「來、到」的意思。各地方用語不同，北方常用「**từ ~ đến**」，而南方常用「**từ ~ tới**」的句型。此外，「**từ**」亦可與疑問詞搭配使用。

· **Em đến từ bao giờ vậy?**
  你從什麼時候來的呢？

· Hôm nay bắt đầu học từ bài nào?
今天從哪一課開始學？

A：Núi Fansipan cao bao nhiêu mét?

A：番西邦峰有多高？（高多少公尺？）

B：Cao trên 3000 mét.

B：海拔（高度）超過 3000 公尺。

A：Từ thị trấn Sa Pa đến Fansipan mất mấy cây?

A：從沙壩鎮到番西邦有幾公里遠呢？

B：Khoảng 9 cây.

B：大約 9 公里左右。

A：Nên đi bằng gì?

A：那應該要怎麼去呢？

B：Từ trung tâm thị trấn Sa Pa tới ga cáp treo có thể bắt xe ôm hoặc taxi đều được. Giá cả không cao lắm.

B：從沙壩鎮中心到纜車站搭抱抱車或計程車都可以。價格不會太高。

■ 是非題

_____ (1) Mau kể cho bác nghe câu chuyện từ đầu đến cuối.

_____ (2) Mùa mưa bắt đầu từ tháng 6 đến tháng 9.

_____ (3) Đàn vịt bơi từ bên kia đến một tiếng.

_____ (4) Tôi trồng cây này từ lâu rồi đến năm ngoái.

_____ (5) **Ngày Tết mọi người thường đi chúc Tết từ mồng một đến mồng ba.**

■ **填空題（請依下列的提示作答）**

phương Bắc / 20 / sáng hôm trước / đêm / 8 giờ / phương Nam / 26 / sáng / sáng hôm sau / 10 giờ

(1) **Bộ phim bắt đầu chiếu từ lúc _____ đến lúc _____.**
（電影從八點開始播到十點。）

(2) **Đàn chim bay từ _____ đến _____.**
（鳥群從北方飛到南方。）

(3) **Tháng sau tôi đến Hạ Long du lịch từ ngày _____ đến _____.**
（我下個月從 **20** 號到 **26** 號要到下龍灣去旅行。）

(4) **Họ cắm trại trên núi từ _____ đến _____.**
（他們從前一天早上到第二天早上在山上露營。）

(5) **Anh ấy làm việc từ _____ đến _____ không biết mệt.**
（他從早到晚都不辭辛勞地在工作。）

mau 快　**kể** 講（故事）　**đàn vịt** 鴨群　**chúc Tết** 拜年　**bắt đầu** 開始　**chiếu** 播放（電影）　**đàn chim** 鳥群
cắm trại 露營

⑯ 與「從…到…」相關的 từ ~ đến / tới

131

317.MP3

17 與「去、過、來、到」等移動相關的
đi / qua / đến / sang

Gia đình tôi sẽ đi du lịch vào kỳ nghỉ hè năm nay.

今年暑假我們家會去旅遊。

Chiều nay tôi phải đến ngân hàng gửi tiền.

今天下午我要去銀行存錢。

Nếu mai rảnh thì qua nhà mình ăn tối đi.

如果明天有空就來我家吃晚飯吧！

Khi nào em sang Đài Loan du học?

妳什麼時候要去台灣留學？

文法重點

　　「đi」相當於中文的「去」、「走」，用於表示目的的移動表達，而表示目的的用語，必須直接置於「đi」的後面。

· Đừng đi!
  別走！

· Sáng nào em trai tôi cũng đi học.
  我弟弟每天上午都去上學。

· Sở thích của con gái đa số là đi mua sắm.
  大部分女生的愛好都是去購物。

　　另外，「**đi**」可以直接後接國家名詞，但不能接表達地點的詞彙。

· Năm sau cả nhà mình đi Mỹ định cư.
  明年我們全家去美國定居。

· Bình thường tôi đi rạp chiếu phim một mình.（×錯誤）
  × 平常我一個人去電影院。

　　要後接地點名詞時，必須使用「**đến**」，亦表達「去」的意思。（特別一般平時常去的地點，如「公司、學校、家、電影院…」等都不能用「**đi**」，必須要用「**đến**」才是正確的。）

· Bình thường tôi đến rạp chiếu phim một mình.
  平常我一個人去電影院。

· Cuối tuần đến nhà hàng ăn hải sản.
  週末去餐廳吃海鮮。

　　「**đến**」亦可後接國家名詞、動作的目的，表達「到」、「來」意思。

· Mình đến công ty rồi.
  我到公司了。

· Em đến đây bằng gì?
  你怎麼來這裡的？（你用什麼方式來這裡的？）

　　「**qua**」與「**sang**」用於表達去某個距離近且在短時間內還要返回的地方（時間和距離有依話者的主觀性而定），相當於中文的「到」、「來」或「過來」、「過去」的意思。在口語中使用的頻率較高。

· Chị Hoa đang qua công ty anh đấy.
  花姊正要到你的公司去。

· Em sang ngay văn phòng sếp có việc gấp.
有急事，妳馬上過來老闆的辦公室。

A：Hải à, cháu đi đâu đấy?　　　A：阿海，你去哪裡啊？

B：Cháu chào chú, cháu đang đi đến　B：叔叔好，我正要去朋友家做作業。
　　nhà bạn để làm bài tập.

A：Lúc nào làm xong thì sang nhà　A：什麼時候做完就到我家來，叔叔跟你
　　chú, chú bảo cái này nha.　　　　說件事哦。

B：Vâng, khi nào xong cháu qua.　B：好的，什麼時候好我就過去。

A：Thôi đi đi, chú về nhà đợi.　　A：拿走吧，我回家等。

B：Vâng, cháu đi đây. Lát nữa gặp　B：好的，我走了。一會見。
　　chú sau.

■ 填空題（請適當地填入「đi」、「đến」、「qua」或「sang」）

(1)　Thứ năm tuần sau tôi _____ công ty phỏng vấn.
　　（我下星期四要去公司面試。）

(2)　Giờ mình đang ở nhà, tí nữa mình sẽ _____ trường học gặp bạn
　　cũ.
　　（我現在在家，等一下我會去學校見老朋友。）

(3)　Chúng tôi rất hân hạnh vì quý vị đã _____ tham dự buổi họp
　　báo này.
　　（各位能蒞臨這個新聞發表會，是我們榮幸。）

(4) **Mình quyết định rồi, tháng sau mình sẽ _____ nước ngoài để _____ tìm cơ hội mới.**

（我決定了，下個月我會去國外尋找新的機會。）

(5) **Thỉnh thoảng _____ nhà an ủi em giúp cô nhé.**

（妳偶爾有空時到家裡來幫我安慰一下（她）吧！）

註 第 5 題為某家中有個人正陷入一個長期的傷痛期，該家屬對其好友所講的話。

■ 翻譯題

(1) 週末去博物館參觀一下嗎？

→ _____

(2) 我來看鯨魚表演。

→ _____

(3) 你走太快了！

→ _____

(4) 什麼時候到韓國去旅遊啊？

→ _____

(5) 你怎麼還沒來？

→ _____

單字

hân hạnh 榮幸　**quý vị** 諸位　**tham dự** 參與　**họp báo** 發表會　**cơ hội** 機會　**thỉnh thoảng** 偶爾
an ủi 安慰　**bảo tàng** 博物館　**cá voi** 鯨魚　**biểu diễn** 表演

與「去、過、來、到」等移動相關的 đi / qua / đến / sang

Phần 03

18 與趨向動詞相關的 lên / xuống / ra / vào

318.MP3

Mời vào!
請進！

Mấy bà vợ đi xuống bếp nấu ăn cho chồng rồi.
幾位太太們下廚給先生們做飯去了。

Anh ấy vừa lên giường đi ngủ.
他剛剛上床睡覺。

Tí nữa bố có việc phải ra ngoài.
爸爸等一下有事情要出門。

文法重點

　　越南語的趨向動詞「lên」、「xuống」、「ra」及「vào」表示動作延伸的方向，分別表示中文的「上」、「下」、「出」及「進」。趨向動詞的受詞為名詞，通常都可以前接「đi」搭配使用，且不論是書面語或口語當中都很常見。

- Đi lên tầng hai gặp người phụ trách.
  去 2 樓見負責人。

- Đi vào đây ngồi một lúc.
  進來這坐一下。

- Đi ra ngoài hút điếu thuốc.
  出去外面抽根菸。

趨向動詞除了「đi」以外也可以與其他的一般動詞結合。接續一般動詞時，若該動詞有接受詞，趨向動詞則必須置於受詞後方。也就是說，當有受詞置於動詞與趨向動詞之間時，趨向動詞必須置於整組動賓結構之後。要特別注意，「lên」、「xuống」、「ra」及「vào」表示的是人或事往不同方位的拓展延伸，例如：從低往高、從高往低、從內往外、從外往內，使用的情況下請多注意這個概念。在這個用法上，「lên」與「xuống」自然是等同於中文的「…上」與「…下」，但是「ra」與「vào」則等同於中文的「…開」與「…上、…進」。

- Bỏ vũ khí xuống!
  放下武器！

- Treo quần áo lên cho em.
  幫我掛上衣服。

- Mở cửa sổ ra.
  把窗戶打開。（用「ra」是可試想窗戶是向外推開的，推出去＝推開的概念）

- Đóng ngăn kéo tủ vào.
  把櫃子的抽屜關上。（用「vào」是可試想抽屜一般是拉出來的，關上時是推回去。推進去＝關上的概念）

此外，「ra」與「vào」對於越南人的概念還擴展到地點的用法。自古以來，越南的南北分別稱為「Đàng Trong（塘中；南河）」跟「Đàng Ngoài（塘外；北河）」，由於早期的國都皇城是在地理位置偏中南部的順化，並非現在首都的河內地區。因此以皇城為中心的地方是「內」的概念，而從這裡向外延伸的地方則是「外」的概念，故從南到北的表達通常說成「vào Nam ra Bắc」，因此「內」與「外」的概念是根據實際的地理範圍與說話人的角度來判斷。

- Vào nhà tắm lấy cho bố cái khăn.
  去浴室拿一條毛巾給爸爸。（向內進到浴室 → vào）

· Chiều nào bọn trẻ cũng ra sông câu cá.
孩子們每個下午都去河邊去釣魚。（向外出到廣大的河邊 → **ra**）

· Tháng sau anh sẽ bay vào Hồ Chí Minh.
我下個月會飛胡志明市。（按自古以來的觀念「進入」南方 → **vào**）

　　「**vào**」還可以當時間介詞，置於一般的時間詞之前（但不可接數位的時間點，例如：1 點、2 點…等等）。

· Anh Quang thích uống cà phê vào buổi tối.
光哥喜歡在晚上喝咖啡。

· Họ đi đánh gôn vào chủ nhật.
他們在週日去打高爾夫球。

A：Ơ, anh Hoan! Sao hôm nay rồng lại đến nhà tôm thế này!

A：喲，歡哥！貴客臨門啊！

B：Anh mới từ Đà Nẵng ra đấy.

B：我剛從峴港過來的。

A：Mời anh vào nhà. Anh ngồi xuống đi. Anh em mình nói chuyện.

A：請進。你請坐吧！我們倆個聊聊天。

B：Các cháu đâu hết cả rồi?

B：孩子們都去哪裡了？

A：Chúng nó lên tầng học bài rồi anh ạ. Anh uống nước đi.

A：他們都上樓念書了。你先喝點水吧！

B：Anh có mang quà đến cho các cháu đây. Tí nữa chia cho các cháu nhé.

B：我有帶禮物來給他們，等一下分給他們吧！

A：Anh khách khí quá, đến thăm em lại còn mua quà cho các cháu nữa. Em xin nha.

A：你真是太客氣了，來看我還給他們買了禮物。謝謝你。

B：Sao có thể đến tay không được.　　　B：我來訪怎麼能空手到，兩串蕉呢！

■ 填空題（請適當地填入「ra」、「lên」、「vào」或「xuống」）

(1) **Người bạn hàng xóm của tôi đã _____ chùa đi tu.**
（我鄰居的朋友已跑到寺廟裡出家了。）

(2) **Đừng đá bóng trong nhà, nguy hiểm lắm. Đi _____ sân mà đá.**
（別在屋子裡踢球，太危險了。去外面的院子踢球去吧）

(3) **Con mèo nhảy _____ nóc nhà bắt chuột.**
（貓跑到屋頂上抓老鼠。）

(4) **Hễ nằm _____ là lại không ngủ được.**
（一躺下又睡不著了。）

■ 翻譯題

(1) 紅姊說她記得已經把電腦放進包包裡了。

　→ _____

(2) 我們下到地下室去停車。

　→ _____

(3) 上了二樓後，右轉就到了。

　→ _____

(4) 我得飛去河內一趟。（提示：從南方向北方）

　→ _____

單字

hàng xóm 鄰居　**đi tu** 出家　**sân** 院子　**hễ** 一…就…　**tầng hầm** 地下室

319.MP3

19 與「被」相關的 bị

Em bị thương rồi.
我受傷了。

Giám đốc bị nhân viên nói xấu.
經理被員工說壞話。

文法重點

　　還記得嗎？越南語中表示被動或遭遇不樂意接受或疾病等的負面情事時，在情事的敘述前會加上動詞「**bị**」，相當於中文的「被…、遭到…」的意思。在強調被動時，越南語的「**bị**」句跟中文的「被…」字句的表達相同，接受者置於句首，並於「**bị**」之後敘述所遭遇之情事。而句中亦可以明示發起動作的主動者，通常此主動者會置於「**bị**」後方。

· Con chó bị con mèo đánh.
　　一條狗被一隻貓打（貓打狗）。

· Chị tôi bị một người đàn ông cầu hôn.
　　我姊被一個男人求婚。

註　表示話者的姊姊並不喜歡這個男人，甚至於感到
　　討厭或害怕。

Anh ấy bị đau cổ họng.
我喉嚨痛。

A：Mọi người đang nói chuyện gì thế?

A：大家在聊什麼呢？

B：Sếp đang bị họ nói xấu.

B：他們正在說經理的壞話。

A：Có chuyện gì à?

A：是有發生什麼事嗎？

B：Chuyện là thế này, hôm nay sếp đã cầu hôn bạn gái nhưng bị từ chối giữa đám đông.

B：事情是這樣的，今天經理跟女朋友求婚，但是被當眾拒絕。

A：Khổ thân sếp, đã bị từ chối lại còn bị nói xấu.

A：經理真可憐，被拒絕還被說壞話。

B：Không phải, cả nhà nói xấu sếp vì sau khi bị từ chối thì sếp giận lây sang bọn tôi rồi bắt bọn tôi tăng ca đến chín giờ.

B：不是，大家說他壞話是因為他自己求婚遭拒後遷怒給我們，逼大家留下來加班，害我們所有人都加班到晚上 9 點。

■ 是非題

_____ (1) **Áo tôi bị rách.**

_____ (2) **Tôi bị mẹ cho tiền tiêu vặt.**

_____ (3) **Sao mọi người vẫn bị nó lừa vậy?**

_____ (4) **Anh ấy bị người yêu đá hôm qua rồi.**

_____ (5) **Tết trung thu bị nghỉ ba ngày.**

■ 重組題

(1) đau / mình / bị / chân / .

→ _____

(2) sa thải / sếp / tôi / bị / nay / sáng / .

→ _____

(3) cái / tôi / bị / vỡ / làm / cốc / rồi / uống / trà / .

→ _____

(4) người / chó / bắt / rồi / trộm / bị / ta / con / .

→ _____

(5) nhỏ / ai / còn / mẹ / khi / đánh / bị / cũng / từng / .

→ _____

20 與「給」相關的 cho

 Cho mình hai cốc cà phê đen không đường.
給我兩杯無糖的黑咖啡。

 Bán cho tôi ba cân dưa chuột.
賣三公斤小黃瓜給我。

 文法重點

　　首先，「**cho**」在越南語中是作為動詞給予的最為典型的一個用法，相當於中文的「給」。在此前提下，當需要將「給」應用在使對方「得到」或「遭受到」些事、物時，後接的受詞可以是具體的、也可以是抽象的名詞。

· Chú hàng xóm thường xuyên cho nhà tôi hoa quả.
　鄰居的叔叔常常給我們水果。

· Cho nó một bài học.
　給他一個教訓。

　　「**cho**」的第二個常見用法是當介詞使用，亦相當於中文的「給」。當介詞時，「**cho**」與受詞必須置於動詞後方。如果「**cho**」與受詞置於動詞前方時，那就變成下一段會提到「允許、同意」的意義了。

· Mỗi sáng cháu tôi đều đọc tin tức cho tôi nghe.
　我的孫子每天早上都唸新聞給我聽。

· Sắp đến sinh nhật bạn thân anh rồi, tặng quà gì cho nó bây giờ?

快到我好朋友的生日了，該給他送什麼禮物好呢？

此外如前所述，「cho」還表達「允許、同意」的意思。後接具權利者的主詞所允許、同意的內容。

· Hôm nay sếp không cho em xin nghỉ.

今天經理不允許我請假。

· Sau khi lên cấp ba, bố mẹ mới cho tôi đi xe máy.

上了高中之後，父母才允我騎機車。

· Lương tâm không cho phép tôi làm như vậy.

良心不允許我這麼做。

「cho」還用於表達將某個東西放進某個地方的動作。後接欲放置的物品。

· Em đã cho quần áo vào máy giặt chưa?

你把衣服放進洗衣機了嗎？

· Cho dầu ăn vào trong chảo sau đó cho tôm vào chiên.

在平底鍋裡倒入食油然後放入蝦子油炸。

· Tôi không thích uống cà phê cho đường.

我不喜歡喝放糖的咖啡。

A：Chú ơi, cho cháu hỏi một chút. Đến chợ đêm Hoàn Kiếm đi thế nào ạ?

A：叔叔，我能問一下嗎，到還劍夜市要怎麼走呀？

B：Hôm nay là cuối tuần, không cho đi xe máy vào đâu. Cháu phải gửi xe rồi đi bộ.

B：今天是週末，車子不能騎進去。妳要把車停好了，再用走的進去。

A：Chú chỉ cho cháu chỗ gửi xe được không?

A：你能告訴我一下停車的地方嗎？

B：Cháu đi thẳng con phố này mấy trăm mét là có bãi đỗ xe máy.

B：妳沿著這條街直走幾百公尺後，就有機車停車場了。

A：Vâng, cháu cảm ơn chú ạ.

A：好的。謝謝您。

B：Gửi xe xong thì cháu quay lại đây, rẽ phải là đến chợ đêm.

B：妳停好車後就回到這裡來，右轉就到夜市了。

■ 是非題

_____ (1) Em đừng đến làm phiền cho anh nữa.

_____ (2) Tuần nào người yêu cũng đến và cho tôi lau dọn nhà cửa.

_____ (3) Bật cho anh cái đèn.

_____ (4) Các hộ nghèo được chính phủ phát cho quần áo và gạo.

_____ (5) Cho em mượn điện thoại của anh một lúc được không?

■ 選擇題（請選出「cho」的正確位置）

(1) (A) quần áo không mặc tới (B) vào cái túi để (C) chị đem (D) người nghèo.

　　① (A) / (D)　　② (B) / (C)

(2) Mọi người đã (A) hy sinh (B) công ty rất nhiều thứ, mọi người vất vả rồi!

　　① (A)　　② (B)

(3) (A) nói (B) bọn anh biết sự thật đi.

　　① (A)　　② (B)

(4) **Dạo gần đây tôi dành nhiều thời gian hơn để kiếm (A) niềm vui (B) mình.**

① **(A)** ② **(B)**

(5) **Không ai có thể phủ nhận sức mạnh mà đồng tiền (A) mang lại (B) cuộc sống.**

① **(A)** ② **(B)**

單字

lau dọn 打掃 **nhà cửa** 房子、房舍 **bật đèn** 開燈 **chính phủ** 政府 **phát** 發（放） **hy sinh** 犧牲
sự thật 事實 **phủ nhận** 否認、否定 **sức mạnh** 力量 **đồng tiền** 錢

Bão sắp về rồi. Miền Trung lại sắp biến thành sông rồi.

颱風來臨，中部又快要水流成河（變成河）了。

Cô ấy đã trở nên nổi tiếng trên mạng xã hội chỉ trong một tháng.

僅僅一個月內，她已經在社交媒體上出了名。

Mưa liên tiếp hai tuần làm cho khu vườn của bà biến thành một khu rừng đầy cỏ.

雨連下了兩個星期讓奶奶的院子變成了一大片的草叢。

Sau nửa năm tập gym, thân hình của anh ấy đã trở nên vạm vỡ.

健身半年後，他的身軀變得壯碩。

　　「biến thành」與「trở nên」雖是同義詞，都有「變成」的意思，但兩者的用法並不相同。「trở nên」用於表達狀態的變化，從原本的狀態轉變成另一種狀態，因此「trở nên」只能修飾形容詞或形容詞詞組。「biến thành」用於表達外觀的變化，從某個人或事物變成了另一個不同的人或事物的情況；而「biến thành」只能修飾名詞或名詞詞組。「biến」當一般的動詞時是「變」的意思，「thành」是「biến」的補語，所以日常中經常將兩者分開使用，相當於中文的「把…變成」結構。例如：

· Các người định biến tôi thành trò cười cho thiên hạ à?
  你們打算讓我變成天底下的笑柄嗎？

· Chị sẽ biến em thành một cô gái xinh đẹp nhất tối nay.
  我會把妳變成今晚最美麗的女生。

　　另外，在口語中可以簡略只說「thành」，像這樣子一個字也能表達「變成」的完整意思。

· Hôm nay em sẽ thành cô dâu đẹp nhất.
  今天你會變成最美的新娘。

· Chỗ này nay đã thành một khu đô thị sầm uất.
  這個地方如今已變成一座繁華的都市。

　　越南語中還有一個跟「變成」相同意思的詞彙，那就是「trở thành」。「trở thành」用於表達本質的變化，從一個實體變成另一個實體，相當於的「成為」。因此，「trở thành」只能修飾名詞或名詞詞組。

· Tôi muốn trở thành một vị bác sĩ giỏi.
  我想成為一位好的醫生。

· Anh muốn trở thành người yêu chính thức của em.
  我想成為妳正式的男朋友。

Anh muốn trở thành người yêu chính thức của em.

A: Sau này em gái yêu của anh muốn trở thành một người như thế nào vậy?

B: Em muốn trở nên nổi tiếng, làm một người lương thiện và trở thành một người khác hoàn toàn bây giờ, có thể hiểu mọi người đang nghĩ gì.

A: Để anh đoán xem em muốn làm nghề gì nhé. Ca sĩ?

B: Anh đoán sai bét. Em muốn trở thành một nhà tâm lý học cơ.

A: Em gái của anh giỏi quá. Chúc cho ước mơ của em sẽ trở thành hiện thực.

B: Vâng. Từ giờ em sẽ học hành chăm chỉ.

A：我親愛的妹妹以後想成為什麼樣的人啊？

B：我想成為一個跟現在完全不同，且出名、善良，又善解人意的人。

A：讓我猜猜妳想做什麼吧。歌手？

B：你完全猜錯了。我想成為一個心理學家呢！

A：我的妹妹太棒了。祝妳的夢想會成真。

B：好的。從今以後我會認真學習的。

■ 重組題

(1) **một / em ấy / người / cái / lớn / nhắm / đã / trở thành / mắt / .**

→ _____

(2) là / khó / chuyện / người / trở thành / rất / một / tốt / .

→ _____

(3) chúng tôi / hơn / trở nên / muốn / giàu có / .

→ _____

(4) không / thì / có / biến thành / tro / nơi / đây / lính cứu hoả / rồi / .

→ _____

(5) anh / tôi / lương thiện / chính / ấy / biến / thành / đã / người / .

→ _____

■ 填空題（請適當地填入「trở nên」、「trở thành」或「biến thành」）

(1) Tôi nghĩ rằng bất kể loài động vật nào cũng sẽ _____
thông minh nếu như chúng sống trong một môi trường tốt.
（我認為任何動物只要在好的環境生活都會變得聰明。）

(2) Con người khi chết đi sẽ _____ gì?
（人死後會變成什麼？）

(3) Sau vụ tai nạn ông ấy đã _____ người thực vật.
（他在發生車禍之後就已經變成了植物人。）

(4) Từ ngày mai em sẽ _____ trợ lý của giám đốc
Minh.
（從明天開始你就會成為明經理的助理。）

(5) Sau khi thực tập thì các bạn sẽ _____ quen với
công việc.
（實習之後你們就會習慣工作。）

單字

nhắm mắt một cái 轉眼之間　**lính cứu hoả** 消防隊　**tro** 灰　**biến** 變、改變　**lương thiện** 善良
môi trường 環境　**tai nạn** 災害、事故；車禍　**người thực vật** 植物人　**trợ lý** 助理　**thực tập** 實習

322.MP3

22 與「和、跟、以及」相關的 và / với

Cuối tuần này em và gia đình đi cắm trại trên núi.
這週末我和家人要到山上去露營。

Tôi muốn kết bạn với hàng xóm.
我想和鄰居結交朋友。

Xin mời các em học sinh và thầy cô giáo đứng lên làm lễ nhập học.
請各位老師及同學們起立，入學典禮正式開始。

文法重點

　　「và」與「với」是越南語中常見的連接詞，通常會用來連接兩個或兩個以上單字或詞組。意思與用法跟中文的「和、跟、以及」或分別與英語的「and、with」一致。其中，「và」的用法和英語的「and」一致，「với」的用法則跟英語的「with」相合。因此，當主語是多個單字或詞組並列的話，我們就用連接詞「và」；反過來當主詞是單一單字、詞組，或要表示主詞進行動作的對象的話，這時應該用「với」連接主詞和後方的內容。

　　也就是說，兩者都比較通用，可以根據個人選擇的說法而決定。「và」偏重語畫面，「với」則是偏重於口語的詞彙。

A：Em biết Sài Gòn có chỗ nào hay không?

A：你知道西貢有哪些好玩的地方嗎？

B：Nhiều chứ. Có phố đi bộ, chợ đêm, chợ Bến Thành và phố Bùi Viện.

B：有很多喲！有步行街、夜市、濱城市場和裴援街。

A：Khi nào có thời gian đi với anh nhé.

A：妳什麼時候有時間的話，跟我一起去吧！

B：Anh muốn đi đâu?

B：你想去哪裡？

A：Anh muốn đi chợ Bến Thành mua vài thứ làm quà cho bố mẹ và người nhà.

A：我想去濱城市場買些東西給父母和家人做禮物。

B：Cuối tuần này em và gia đình đi cắm trại trên núi rồi. Tuần sau nhé.

B：這週末我和家人要到山上去露營了。下週吧！

■ 填空題（請適當地填入「và」或「với」）

(1) Bố _____ mẹ hay cãi nhau khi tôi không có nhà.
（爸爸和媽媽常在我不在家的時候吵架。）

(2) Nay chúng tôi được chiêu đãi món lẩu hải sản, sườn nướng _____ bia hơi.
（我們今天被招待海鮮火鍋、烤排骨和生啤酒。）

(3) Mời các anh chị ở lại dùng bữa _____ chúng em.
（請哥哥姊姊們留下來陪我們用飯。）

(4) **Ngày Tết, người Việt sẽ làm bánh chưng, nem, thịt gà** _____ **xôi.**
（春節的時候越南人會做粽子、生春捲、雞肉和糯米飯。）

(5) **Món này phải ăn kèm** _____ **nước mắm.**
（這道菜得跟魚露一起吃。）

■ 重組題（重組後句首改大寫）

(1) của / tôi / còn / chỉ / trong / một / ví / hai trăm / tờ / tờ / và / một / năm chục / .

→ _____

(2) gà / ăn / với / cô-ca / nhất / ngon / rán / là / .

→ _____

(3) muốn / hôm qua / em / anh / giải thích / với / chuyện / .

→ _____

(4) mùa mưa / có / chỉ / Sài Gòn / mùa khô / và / .

→ _____

(5) tiếng / và / rất / nên / được / ngủ / xe máy / ô tô / đường / ngoài / to / không / tôi / .

→ _____

單字

nay（口語）今天　**lẩu hải sản** 海鮮鍋　**sườn nướng** 烤排骨　**dùng bữa** 用餐、吃頓飯
bánh chưng 越南方型粽了　**nem** 生春捲　**xôi** 糯米飯　**ăn kèm** 一起吃　**nước mắm** 魚露　**gà rán** 炸雞
giải thích 說明、解釋

323.MP3

23 與「跟…一起、陪…一起」相關的 cùng

Ngày mai ăn cùng anh bữa cơm nhé!

明天陪我吃頓飯吧！

Con mèo không thích chơi cùng con chó.

貓不喜歡跟狗玩。

文法重點

　　「**cùng**」與中文的「跟…一起」及英語的「**with**」相同，通常置於兩個名詞之間或動詞之後。「**cùng**」經常與「**với**」搭配使用，如果「**cùng**」後接人稱代名詞時，意思為「跟…一起」或「陪…一起」的意思。

· Bố cùng mẹ đi dạo ở công viên.
　爸爸跟媽媽在公園散步。

· Tháng sau tôi phải đi công tác cùng với sếp.
　下個月我要陪老闆一起去出差。

　　當主語是複數時，如「**chúng tôi, chúng ta, bố mẹ, các bạn ấy**」後面經常與「互相」之意的「**nhau**」構成「**cùng nhau**」的組合，表示「一起」的意思。

· Hai con mèo ngủ cùng nhau.
　兩隻貓一起睡。

· Uống cà phê và sữa cùng nhau mới ngon.
　咖啡和牛奶一起喝才好喝。

A：Tuần sau anh đi Nhật du học rồi.

A：下週我要去日本留學了。

B：Vậy à?

B：這樣呀？

A：Ngày mai ăn cùng anh bữa cơm nhé!

A：明天陪我吃頓飯吧！

B：Vâng. Anh có gọi bạn bè đi cùng không?

B：好的。你有叫朋友一起去嗎？

A：Tất nhiên rồi. Đi nhậu thì chúng nó nhanh lắm.

A：當然啦。一說是去喝酒，他們很快就會答應的。

B：Em rủ bạn em đến cùng được không?

B：我約我的朋友一起來可以嗎？

A：Được chứ. Đến cùng nhau đi.

A：當然可以。一起來吧！

B：Vâng, anh cứ chuẩn bị chiêu đãi bọn em đi ạ.

B：好，那你就準備招待我們吧！

■ 是非題

_____ (1) Đàn ông thường không thích đi mua sắm cùng phụ nữ.

_____ (2) Bún đậu phải ăn với mắm tôm cùng.

_____ (3) Hôm qua con đi ra ngoài với cùng ai?

_____ (4) Đừng sợ! Thành công luôn đi cùng với thất bại.

_____ (5) **Món này rang cùng gừng sẽ ngon hơn.**

■ 重組題（重組後句首改大寫）

(1)　**trưa / tôi / cơm / nay / cùng / thịt gà / ăn / .**

　　→ _____

(2)　**bạn / tôi / cùng / cùng lớp / sở thú / đi / .**

　　→ _____

(3)　**mới / phở / ăn / cùng / quẩy / với / ngon / .**

　　→ _____

(4)　**em / sống / ấy / bố mẹ / ông bà / cùng / với / .**

　　→ _____

(5)　**chúng tôi / cùng / đi / muốn / nhau / du lịch / thế giới / khắp / .**

　　→ _____

單字

thành công 成功　**thất bại** 失敗　**rang** 炒　**gừng** 薑　**sở thú** 動物園　**quẩy** 油條　**khắp** 滿、遍滿

324.MP3

24 與「又…又…；一邊…一邊…」相關的 vùa ~ vùa

Bạn gái tôi vừa đẹp vừa thông minh.

我的女朋友又漂亮又聰明。

Ngày chủ nhật anh ấy ở nhà vừa đọc sách vừa nghe nhạc.

星期天他在家裡邊看書邊聽音樂。

文法重點

　　當「**vừa ~ vừa**」跟形容詞一起用時，表示 「又…又…」、「既…又…」的意思。

· Cà phê của Việt Nam vừa ngon vừa thơm phức.
　越南的咖啡又香濃又好喝。

· Chị ấy vừa sốt vừa đau bụng.
　她又發燒又肚子痛。

　　當「**vừa ~ vừa**」跟動詞一起用時，表示「一邊…一邊…」的意思。

· Trên xe buýt có một cậu bé vừa đứng vừa cười một mình.
　公車上有一個一邊站著一邊自己一個人在笑的小男孩。

· Không nên vừa ăn cơm vừa xem ti vi.
　不應該邊吃飯邊看電視。

A：Cậu đến Việt Nam lâu chưa?

B：Mình đến Việt Nam được năm tháng rồi.

A：Cậu thấy ở đây thế nào?

B：Mình thấy mọi người vừa thân thiện vừa hài hước.

A：Tiếng Việt của cậu cũng giỏi quá nhỉ!

B：Chắc là vì mình vừa đi học vừa làm thêm. Hàng ngày mình đều tiếp xúc với người Việt.

A：你來越南很久了嗎？

B：我來越南有五個月了。

A：你覺得這裡怎麼樣？

B：我覺得大家又親切又幽默。

A：你的越南語也太好了吧！

B：可能是因為我一邊上學一邊打工的關係吧！我每天都有在跟越南語接觸。

■ 是非題

_____ (1) **Ông ấy một mình nuôi con, vừa là bố vừa là mẹ.**

_____ (2) **Thời tiết Việt Nam nóng vừa ẩm vừa.**

_____ (3) **Chị gái gọi điện cho tôi, vừa nói khóc vừa.**

_____ (4) **Món ăn ở đây vừa rẻ vừa không ngon.**

_____ (5) **Vừa ăn vừa uống nước không tốt cho dạ dày.**

■ 請使用「vừa ... vừa ...」的句型重寫句子

(1) **Cô ấy hiền. Cô ấy thông minh.**

→ _____

(2) **Bây giờ ông ấy gọi điện cho con gái. Bây giờ ông ấy chơi bài.**

→ _____

(3) **Anh ấy là người bố tốt. Anh ấy là người sếp giỏi.**

→ _____

(4) **Em ấy đi học. Em ấy làm thêm ở quán cà phê.**

→ _____

(5) **Con mèo béo. Con mèo đáng yêu.**

→ _____

Phần 03

㉔ 與「又…又…」一邊…一邊…」相關的 vừa ~ vừa

單字

dạ dày 胃　**hiền** 慈祥；善良　**chơi bài** 玩牌　**làm thêm** 打工

325.MP3

25 與「或、或是；要麼…、要麼…」相關的 hoặc / hoặc là

Hoặc là làm việc chăm chỉ hoặc là không có tiền để tiêu.

要麼就認真工作，要麼就喝西北風。
（原意：或者是認真工作，或者是沒有錢花。）

Sáng mai hoặc sáng ngày kia họ sẽ về nước.

明天早上或後天早上他們會回國。

Mua quần hoặc áo đều được.

買褲子或上衣都可以。

文法重點

　　此句型用來表示兩種或兩種以上的可能性，意思與中文的「或者、或是；要麼…、要麼…」相同，口語時常只用「**hoặc**」（可以省略「**là**」）。 請注意，此句型不會應用在疑問句之中。

· Ngay bây giờ tôi muốn ăn lẩu, lẩu gà hoặc lẩu bò hoặc lẩu ếch đều được.
　我現在就想吃火鍋，吃雞肉火鍋或牛肉火鍋或青蛙火鍋都可以。

· Hoặc là gần ga tàu điện hoặc là xa ga nhưng phải rẻ.
　要麼就要離地鐵站近，如果地鐵站遠，就要便宜一點。

會話

A：Bây giờ chị đi siêu thị đây.

A：我現在去超市了。

B：Nhân tiện chị mua hộ em mấy chai nước ngọt nhé.

B：順便幫我買幾瓶飲料吧！

A：Nước ngọt loại gì?

A：要買哪種飲料呢？

B：Nước cam, trà xanh hoặc trà bí đao, có loại nào thì mua loại ấy. Hoặc là nước có ga cũng được.

B：柳橙汁、綠茶或者冬瓜茶都可以，有哪種就買哪種！或者是汽水也可以。

A：Ừ. chị biết rồi.

A：嗯！我知道了。

B：Em cảm ơn chị.

B：謝謝妳。

課後練習

■ 請依中文用「(hoặc là ~) hoặc là ~」的句型重寫句子

(1) **Bữa tối em ăn cơm rang. Bữa tối em ăn mỳ tôm.**
（晚餐我會吃炒飯或者泡麵。）

→ _____

(2) **Ngày mai nghỉ việc. Ngày mai nộp báo cáo.**
（要麼明天辭職，要麼明天交報告。）

→ _____

(3) **Tha thứ cho lỗi lầm của anh. Chúng ta sẽ chia tay mãi mãi.**
（要麼原諒我的錯誤，要麼我們就永遠分離。）

→ _____

(4) **Kiên trì đến cùng. Đừng làm.**

（要麼堅持到底，要麼就不要做了。）

→ _____

(5) **Họ định kinh doanh quần áo. Họ định kinh doanh giầy dép.**

（他們打算經營服裝或者鞋子的生意。）

→ _____

■ 填空題（請依下列的提示作答）

ngày mai / hai mươi triệu / rau cải / gửi mail / hai mươi lăm triệu / rau muống / ở lại / gọi điện / hôm nay

(1) **Mỗi ngày chúng ta nên ăn ít nhất một loại rau, hoặc là _____ hoặc là _____.**

（我們每天該吃至少一種蔬菜，要麼是油菜，要麼是空心菜！）

(2) **Hoặc là anh ở lại, hoặc là tôi _____.**

（要麼你留下來，要麼我留下來！）

(3) **Nếu không tới hãy _____ hoặc _____ thông báo trước.**

（如果不會過來請先打電話或寄電子郵件提前通知。）

(4) **_____ hoặc _____ hàng sẽ về.**

（今天或明天會到貨。）

(5) **Tôi đoán cái xe anh ấy mua là _____ hoặc _____.**

（我猜他買的車兩千萬或兩千五百萬盾。）

單字

cơm rang 炒飯　**mỳ tôm** 泡麵　**nghỉ việc** 辭職　**nộp báo cáo** 交報告　**tha thứ** 寬恕、原諒

lỗi lầm 過失、錯誤　**chia tay** 分手　**giầy dép** 鞋子　**rau cải ngọt** 油菜　**rau muống** 空心菜　**ở lại** 留下來

326.MP3

26 與「…之間」相關的 giữa

Đây là chuyện giữa hai người bọn họ.
這是他們倆之間的事。

Bể bơi của chung cư nằm ở giữa hai toà A và B.
公寓的游泳池位於 A 棟和 B 棟之間。

文法重點

　　「giữa」表示空間、時間、地點等兩者以上位於中間的距離內，相當於中文的「之間」。或更明確指某段時間、地點範圍裡的中間、一點，此時可想為「在…中間、在…期間」。

· Giữa tháng chú phải trả nợ cho tôi.
  月中的時間，叔叔得還錢給我。

· Cái bàn đặt ở giữa nhà trông đẹp quá nhỉ.
  放在房子中間的桌子看起來很不錯。

· Tháp rùa nằm ở giữa Hồ Gươm.
  龜塔位於還劍湖的湖中央。

· Giữa ba chúng ta có quá nhiều hiểu lầm.
  我們三個之間有太多誤會。

A：Nếu phải chọn giữa tình yêu và sự nghiệp thì bạn sẽ chọn cái gì?

A：如果在愛情與事業之間要選一個，你會選哪個？

B：Đương nhiên là mình chọn sự nghiệp rồi.

B：我當然會選事業了。

A：Sao lại chọn sự nghiệp chứ không phải là tình yêu?

A：為什麼是選事業而不是選愛情呢？

B：Vì có sự nghiệp thì chắc chắn sẽ có tình yêu.

B：因為有了事業就必定有愛情呀！

A：Mình không thể chọn giữa hai cái này.

A：我就不在這兩者之間做出抉擇。

B：Người yêu bạn có nhiều tiền như thế, bạn chỉ cần chọn tình yêu là sẽ được hỗ trợ sự nghiệp.

B：你的情人那麼有錢，你只要選愛情就能夠得到事業上的協助啦。

A：Ừ nhỉ. Thế mà mình không nghĩ ra.

A：對哦。我怎麼沒想到。

B：Bởi vì bạn ngốc chứ sao.

B：因為你傻呀。

■ 是非題

_____ (1) **Anh ấy làm việc giữa hai giờ sáng.**

_____ (2) **Đi đâu giữa trời mưa thế này?**

_____ (3) **Bố tôi quát lên giữa lúc em trai đang khóc.**

_____ (4) **Có ai đó đã bắn súng vào giữa mọi người khi họ đang tìm đường ẩn náu.**

_____ (5) **Hoa đào nở giữa mùa xuân.**

■ 重組題

(1)　**lúc / thường / trưa / thả / đi / bé / tôi / giữa / diều / .**

　　→ _____

(2)　**gặp / ở / giữa / nhau / đường / họ / .**

　　→ _____

(3)　**rừng / một / bị / giữa / hổ / thương / đang / con / có / .**

　　→ _____

(4)　**mật thiết / một / hai / nhau / quan hệ / có / nước / giữa / mối / với / .**

　　→ _____

(5)　**chị / ngủ / Lan / việc / lúc / gật / giữa / làm / đang / .**

　　→ _____

單字

quát 吆喝　**bắn súng** 開槍　**ẩn náu** 藏身、躲藏　**thả diều** 放風箏　**mật thiết** 密切

327.MP3

27 與「還是」相關的 hay / hay là

Các bạn uống trà hay nước suối?
你們要喝茶還是礦泉水？

Hay là chúng mình kết hôn đi?
還是我們結婚吧？

Em thích con trai béo hay gầy?
你喜歡胖的男生還是瘦的？

Mưa to thế này, hay hôm khác đi cà phê nhé?
下這麼大的雨，還是改日去喝咖啡吧？

文法重點

　　此句型用於疑問句時，表示兩個或兩個以上的選擇，同時也可以是表達提出一個已經經過思考和比較後做出的決定。

· Cuối tuần này đi biển Vũng Tàu hay là biển Nha Trang chơi?
　這週末去頭頓還是芽莊的海邊玩？

· Em muốn ăn thịt gà, thịt bò hay thịt lợn?
你想吃雞肉，牛肉還是豬肉？

· Hay là mua nhà ở ngoại thành cũng được.
還是在城外買房子也可以。

· Hay là chọn căn có bể bơi?
還是選有游泳池的那套？

表示話者對某人或某件事感到懷疑，但未肯定的說出自己的判斷。

· Ngày nào anh Long cũng ra ngoài đến đêm mới về, hay là anh ấy có bồ nhí?
龍哥每天都出門到深夜才回來，還是他有了小三？

· Sắc mặt em không tốt, hay là em bị ốm?
你的臉色不好，還是你生病了？

會 話

A：Gần đây giá nhà tăng nhanh quá.

A：最近房價漲得太快了。

B：Ông định mua nhà ở trung tâm hay ngoại thành?

B：你打算在市中心還是郊區買房子？

A：Lúc đầu tôi định mua ở trung tâm nhưng bây giờ giá cao quá, tiền chỉ đủ mua nhà ở ngoại thành thôi.

A：當初我打算買市中心的房子，可是現在價格太高了，錢只夠買郊區的房子而已。

B：Hay là ông đợi sang năm hẳng mua.

B：還是你等明年再買？

A：Năm sau phải đắt hơn năm nay chứ?

A：明年會比今年更貴吧？

B：Năm nay hay là năm sau đều như nhau thôi, năm sau tôi sẽ cho ông vay một khoản tiền.

B：今年還是明年都一樣吧！明年買的話，我會借一筆錢給你。

■ 是非題

_____ (1) Chúng mình hay đi Việt Nam du lịch đi.

_____ (2) Lên đại học rồi, con muốn mua xe trước hay là mua máy tính trước?

_____ (3) Chị tự gọi điện thoại cho chủ nhà hay là?

_____ (4) Anh ấy là chủ nhà là hay khách hàng?

_____ (5) Hay là chị bớt cho tôi hai triệu được không?

■ 填空題（請適當地填入「hay」或「hay là」）（填入後句首改大寫）

(1) _____ mua căn diện tích 65 mét vuông?
（還是買面積 **65** 平方公尺的那間？）

(2) Anh thích sống ở chung cư _____ biệt thự?
（你喜歡住在公寓還是別墅？）

(3) Tiếng Hàn của bạn giỏi thật, _____ bạn là người Hàn Quốc?
（你的韓語真好，還是說你是韓國人？）

(4) _____ đừng nói với ai về chuyện này?
（還是說不要跟其他人講這件事呢？）

(5) _____ đi xe máy đi, đi ô tô không tiện lắm.
（還是騎機車吧！開車去不太方便！）

單字

chủ nhà 房東　　**bớt** 減少、扣除　　**căn**（房子量詞）棟、幢、間　　**diện tích** 面積　　**mét vuông** 平方公尺
biệt thự 別墅

328.MP3

28 與「還有」相關的 còn

Single

Tôi còn độc thân.
我還單身。

Kể từ sau khi bố mẹ ly hôn, họ không còn gặp lại nhau nữa.
自從爸媽離婚之後，他們不再相見了。

文法重點

　「**còn**」當一般動詞使用時，表示「剩餘」、「結存」的意思，後接的受詞則只能是名詞或疑問詞。

· Trong tủ lạnh vẫn còn sữa và nước hoa quả.
　冰箱裡還有牛奶和果汁。

· Tiền lương tháng này còn bao nhiêu?
　這個月的薪水還有多少？

　「**còn**」還可以當副詞使用，表示狀態或動作的延續，只能後接動詞和形容詞作為受詞。

· Đừng nói to, vợ tôi còn đang ngủ trưa.
　別大聲說話，我老婆還在睡午覺。

· Em còn mệt không?
　你還累嗎？

「còn」還能用於對比兩個不同的人、事、物，通常置於句中連接兩個相反的命題，在此情況下，和英文的「**and**」類似。

· Đây là giám đốc Tuấn, còn đây là trợ lý của anh ấy.
　這位是俊總，還有這位是他的助理。

· Mèo ngủ ban ngày còn buổi tối thì đi bắt chuột.
　貓白天睡覺，晚上時去抓老鼠。

　　「**còn**」用於表示對比時，有加強肯定的語氣。

· Cái kia còn không tốt bằng cái này.
　那個還不如這個好。

· Bố nấu ăn còn ngon hơn mẹ.
　爸爸煮飯比媽媽煮的好吃。

　　此外，「**còn**」還有一個常見的用法，用於反問前文有提到的疑問問題，後面通常只接名詞和代名詞。這用法相當於中文的「（那）…呢？」，可以跟「**thì sao**」一起搭配使用。

· Kỳ nghỉ tháng sau chúng mình sẽ đi Bà Nà, còn các bạn thì sao?
　下個月的假期我們會去巴拿山，你們呢？

· A: Em họ gì?
　你姓什麼？

· B: Em họ Nguyễn, còn anh?
　我姓阮，你呢？

A：Anh Tuấn, sao mấy hôm nay thời tiết Hà Nội nóng thế?

A：俊哥，這幾天河內的天氣怎麼那麼熱呀？

B：Mùa hè của Hà Nội là như vậy đấy, ngày mai còn nóng hơn.

B：河內的夏天就是這樣的呀！明天還會更熱。

A：Em sắp không chịu được nữa rồi. Ngày nào cũng cảm thấy mệt mỏi không còn sức lực làm việc nữa.

B：Ngoài trời phải 40 độ ý, không có việc gì thì em đừng ra ngoài.

A：Khí hậu của Việt Nam vừa nóng vừa ẩm, em chỉ cần bước ra khỏi phòng là toát mồ hôi.

B：Anh cũng quen rồi, còn em?

A：Em vẫn chưa quen. Còn hai tháng nữa là em được chuyển vào Sài Gòn làm việc rồi. Vui quá.

B：Sài Gòn còn nóng quanh năm.

A：我快受不了了。每天都覺得勞累，都沒有力氣工作了。

B：外面有 40 度了，沒什麼事的話你就別出門了。

A：越南的氣候又熱又潮濕，我只要一出房間就出汗。

B：我也習慣了，你呢？

A：我還沒習慣。還有兩個月我就能搬到西貢工作了。太開心了。

B：西貢更是四季常夏（常年炎熱）呢！

■ 連連看

(1) **Con không còn**

(2) **Tết năm nay**

(3) **Tôi rất ít nói,**

(4) **Em vẫn bình thường,**

(5) **Tiếng Việt**

A. **còn chị?**

B. **còn dễ hơn tiếng Nhật.**

C. **còn em tôi lại nói nhiều.**

D. **không còn vui như ngày xưa nữa.**

E. **tiền tiêu vặt.**

■ 選擇題（請選出「còn」的正確位置）

(1) Sự việc lần này (A) liên lụy (B) đến cả người thân trong gia đình.

   ① (A)　② (B)

(2) Vẫn (A) hai tiếng nữa (B) mới đến giờ lên máy bay.

   ① (A)　② (B)

(3) Cho mình hỏi, nhà hàng (A) mình (B) bàn cho bốn người không?

   ① (A)　② (B)

(4) Nó (A) vẫn (B) chưa tỉnh ngủ.

   ① (A)　② (B)

(5) Anh Lý tối nay đến, (A) anh Hải tuần sau mới (B) bay qua đây.

   ① (A)　② (B)

單字

tiền tiêu vặt 零用錢　**liên lụy** 連累　**tỉnh ngủ** 睡醒、清醒

329.MP3

29 與「而且」相關的 mà còn

Cô ấy không những đẹp mà còn cao.
她不但漂亮，而且個子還高。

Buổi họp ngày mai không chỉ có giám đốc công ty mà còn có khách hàng cùng tham dự.
明日的會議不僅有公司的經理，而且還有客戶一起參與。

文法重點

「mà còn」很少單獨使用，一般都會跟「không những、không chỉ」一起使用，構成一個完整的語法「不但／不僅…而且…」。要注意的是，句子的主詞要是同一個時，則置於句子前方。

會話

A：Anh thấy con gái Việt thế nào?

A：你覺得越南女孩怎麼樣？

B：Con gái Việt không những đẹp mà còn rất chăm chỉ.

B：越南女孩不但漂亮，而且還很勤勞。

A：Thế à?

A：是哦？

B：Đúng vậy. Ở công ty anh có rất nhiều nhân viên Việt nên anh biết.

B：是的。在我公司有很多越南人員所以我知道。

A：Em thấy không chỉ chăm chỉ mà còn rất nhanh nhẹn.

A：我覺得不僅勤勞，而且還很機靈。

B：Ừ, có người không chỉ biết tiếng Trung mà còn biết tiếng Anh nữa.

B：嗯，而且還有人不僅會中文，而且還會英文。

課後練習

■ 請用「không chỉ / không những ... mà còn ...」的句型重新完成句子

(1) **Anh trai tôi biết chơi đàn và biết hát.**

→ _____

(2) **Món Nhật ngon và tốt cho sức khoẻ.**

→ _____

(3) **Yoga tốt cho sức khoẻ và làm cho con người trẻ lâu.**

→ _____

(4) **Thời tiết ngày mai có mưa bão to và lạnh.**

→ _____

(5) **Bộ váy này làm cho em toả sáng và có sức hấp dẫn.**

→ _____

■ 重組題（重組後句首改大寫）

(1) anh ấy / hài hước / mà còn / không chỉ / rất / ăn nói / biết / .

→ _____

(2) xấu / không những / này / cũ / mà còn / nhà / căn / .

→ _____

(3) bà ngoại / nuôi / nuôi / tôi / chó / mèo / mà còn / không những / .

→ _____

(4) không những / đẹp / Đà Lạt / mà / còn / ngon / đồ ăn / thời tiết / .

→ _____

(5) trời / nóng / mà còn / ẩm / không những / .

→ _____

單字

chơi đàn 彈琴　**món Nhật** 日本料理　**trẻ lâu** 常保年輕、青春永駐　**toả sáng** 燦爛、閃亮　**sức hấp dẫn** 吸引力
ẩm 溼

330.MP3

30 與「幾、多少」相關的 mấy / bao nhiêu

Bây giờ mấy giờ?
現在是幾點？

Hôm nay ngày bao nhiêu?
今天是幾號？

文法重點

　　「mấy」相當於中文的「幾」，通常在一些如年份、月份等的問答上及話者主觀定義表述對於較少的數量上使用。

· Năm nay em mấy tuổi rồi?
你今年幾歲了？

註　對於輩分高的長輩不可以用「mấy tuổi」詢問，因為如此會相當地失禮！只能用於問比自己年齡較小的人（約 20 歲以下），例如：弟弟、妹妹、小朋友等…

· Chị ấy có mấy chục căn chung cư ở cả nước.
她在全國擁有幾十套公寓。

　　另外有意思相近一詞「bao nhiêu」，可用於疑問中，相當於中文的「多少」。

· Công ty bạn có bao nhiêu nhân viên?
你們公司有多少員工？

　　在肯定句中「bao nhiêu」還有「很多」的意思，口語輕中常用「bao nhiêu là」，依場合的不同，可以翻譯為「好多、超多、非常多」等的意思。

- Hôm nay bọn mình mua bao nhiêu thức ăn, ở lại ăn cùng nhé!
  我們今天買很多菜，留下來一起吃吧！

- Qua bên kia xem đi, có bao nhiêu là sách.
  去那邊看吧！有好多書啊。

A：Việt Nam có bao nhiêu tỉnh thành?

A：越南有多少個省分？

B：Việt Nam có 63 tỉnh thành.

B：越南有六十三個省分。

A：Có mấy thành phố lớn?

A：有幾座大城市呢？

B：Có 5 thành phố lớn：Hà Nội, Hồ Chí Minh, Đà Nẵng, Hải Phòng và Cần Thơ.

B：有五座大城市，為「河內（市）、胡志明市、峴港（市）、海防（市）和芹苴（市）」。

A：Bạn thích sống ở thành phố nào?

A：你喜歡在哪座城市生活呢？

B：Mình thích sống ở mấy thành phố nhỏ, tuy không tiện lắm nhưng cuộc sống rất yên bình.

B：我喜歡在幾座小城市裡生活，雖然不太方便但是生活很安穩。

A：Mình thì thích sống ở mấy thành phố lớn, có bao nhiêu là đồ ăn ngon và điểm du lịch nổi tiếng.

A：我的話則喜歡在幾座大城市裡生活，因為有好多美食和著名的旅遊景點。

B：Vậy à!

B：是哦！

177

■ 填空題（請適當地填入「mấy」或「bao nhiêu」）（填空後句首改大寫）

(1) **Gia đình cô có** _____ **người tất cả?**
（妳家一共有幾個人？）

(2) **Bạn biết** _____ **thứ tiếng?**
（你會幾種語言？）

(3) _____ **hôm trước mình bận quá nên không đến.**
（我前幾天太忙了所以沒來。）

(4) **Chỗ cá rô này** _____ **tiền?**
（這些吳郭魚多少錢？）

■ 請造出疑問句

(1) _____

→ **Số điện thoại của mình là 0909290989.**（我的電話號碼是 **0909-290989**。）

(2) _____

→ **Em gái mình bị ốm hai ngày rồi.**（我的妹妹生病兩天了。）

(3) _____

→ **Em muốn mua ba cân thịt ba chỉ.**（我想買三斤五花肉。）

(4) _____

→ **Nhà mình rộng 78 mét vuông.**（我家是寬 **78** 平方公尺。）

註 越南在算房子面積時是以平方公尺為單位，而非坪數。

單字

bãi biển 海灘　**tất cả** 一共、總共　**cá rô** 吳郭魚　**bị ốm** 生病　**thịt ba chỉ** 五花肉

31 與「大概」相關的 khoảng / chừng / độ

Lớp tôi có khoảng 20 học sinh.
我們班有大概 20 個學生。

Tài khoản của anh ấy có chừng ba mươi triệu.
他的帳戶有大概三千萬盾。

Từ đây đến chợ Bến Thành độ 3 cây số.
從這到濱城市場大概三公里。

文法重點

　　越南語中的「khoảng」、「chừng」及「độ」是置於數詞之前，用於表示時間或數量的不準確詞，相當於中文的「大概、大約」。其中，北越常用「khoảng」；南越常用「chừng」；而「độ」則用於文章體較多。

Chúng tôi đã đi chơi Tràng An khoảng hai ngày.
我們去長安（風景區）玩了大約兩天的時間。

179

A：Bạn cao bao nhiêu?

A：妳的身高多高？

B：Mình cũng không biết rõ. Khoảng 1 mét 68.

B：我也不清楚，大約 168 公分左右。

A：Bạn nặng bao nhiêu cân?

A：妳的體重多重？

B：Hình như khoảng 55 cân.

B：好像大概 55 公斤左右。

A：Thân hình bạn khá là cân đối, không béo cũng không gầy. Chỉ cho mình bí quyết với.

A：妳的身材不胖也不瘦，相當的勻稱。告訴我一下保持身材的訣竅吧！

B：Hàng ngày mình đều tập yoga và uống nhiều nước.

B：我每天都會多喝水及練瑜伽。

■ 是非題

_____ (1) **Năm cộng ba khoảng bằng tám.**

_____ (2) **Giữ chừng ba giây nước nóng sẽ chảy ra.**

_____ (3) **Bức tranh này đã được treo ở bảo tàng khoảng hai mươi năm rồi.**

_____ (4) **Đây là khoảng nội dung của bài văn.**

_____ (5) **Họ yêu nhau chừng tám năm rồi.**

■ 重組題（重組後句首改大寫）

(1) ngủ / tiếng / bảy / chị Hà / khoảng / mỗi / ngày

→ _____

(2) nợ / chừng / ngân / anh / hai / ấy / tỉ / hàng

→ _____

(3) mua / rộng / căn / bảy / mét / nhà / tôi / khoảng / mươi / mới / vuông

→ _____

(4) chị / trông / bốn / ấy / có / tuổi / vẻ / mươi / khoảng

→ _____

(5) kéo / độ / cuộc / dài / năm / phẫu thuật / tiếng / đồng hồ

→ _____

單字

cộng（數學）加　**hai tỉ** 二十億　**mét vuông** 平方公尺　**cuộc**（量詞）場　**phẫu thuật** 手術　**kéo dài** 拉長　**độ** 程度

332.MP3

32 與「很、太過～了」相關的 rất / lắm / quá

Cô ấy viết chữ rất đẹp.
她寫字很好看。

Bài phát biểu hôm đó cảm động lắm.
那天的演講很感人。

Cô giáo nói nhanh quá nên tôi chưa nghe ra.
老師講的太快了，所以我還沒聽出來。

Trận bóng tối qua quá hay.
昨晚那場球賽太棒了。

文法重點

在越南語中，「rất」、「lắm」及「quá」是最為典型的程度副詞，表示狀態和動作所達到的程度。「rất」與「lắm」程度高相當於中文的「很」，「quá」程度極高則相當於中文的「太過」。根據用法可以分成兩類：一般程度副詞及感嘆程度副詞。

一般程度副詞是「**rất**」與「**quá**」。兩者意思不同，程度從低到高，但是在句中所在的位置」、用法以及修飾形容詞是一致的。另外，此三個文法中的「**quá**」，則等同英文的「**too**」，修飾形容詞。兩者皆用於肯定句。

- Văn hoá Việt Nam rất đặc sắc.
  越南的文化相當地有特色。

- Trường này rất nổi tiếng ở Đài Bắc.
  這所學校在臺北很有名。

- Nhà em ấy quá nghèo nên không ai học tới đại học.
  他家太窮了，所以沒有人能念到大學。

- Người quá tham lam sau cùng sẽ chẳng có được gì đâu.
  太過於貪婪的人到最後都得不到的。

感嘆程度副詞是「**lắm**」與「**quá**」。兩者在句中所在的位置是置於形容詞之後，表示主語所經歷過、所看過並在表達中帶有自己的判斷在裡面。因此，兩者常用於感嘆意思，等同英文的「**so**」。

- Tokyo nhộn nhịp lắm.
  東京很熱鬧。

- Đường trơn lắm, đi từ từ thôi.
  路很滑，請慢慢走。

- Đói quá! Đi ăn chút gì đi.
  太餓了！去吃點什麼吧！

- Món này cay quá, em không ăn được.
  這道菜太辣了，我沒辦法吃。

程度副詞的否定形是「**không ~ lắm**」、「**không quá ~**」及「**rất không ~**」。

- Nó rất không biết điều.
  他很不懂事。

- Da em ấy không đen lắm.
  她皮膚不會很黑呀！

- Cuộc sống của họ không quá hạnh phúc.
  他們的生活沒有太過幸福。

A：Mưa to quá!

A：雨太大了！

B：Từ trên này nhìn xuống phong cảnh đẹp quá!

B：從這裡由上面往下看，風景太美了！

A：Những ngôi nhà nhỏ san sát nhau, tầng tầng lớp lớp trông đẹp thật.

A：小房子櫛比鱗次，一層層地看起來真美。

B：Nếu tuyết rơi thì còn lãng mạn hơn nữa.

B：要是有下雪的話，景色會更加浪漫。

A：Bây giờ ngoài trời bao nhiêu độ?

A：外邊現在幾度呢？

B：2 độ. Đêm nay hình như nhiệt độ xuống âm 2 độ.

B：兩度。今晚氣溫好像會降到零下兩度。

A：Khả năng có tuyết là rất cao.

A：下雪的可能性是很高的。

B：Tạnh mưa ra bên ngoài chụp ảnh nhé.

B：雨停的話，我們去外面拍照吧。

課後練習

■ 選擇題

(1) **Chờ anh ba mươi phút, đang tắc đường _____!**

① **rất** ② **lắm** ③ **quá** ④ **không lắm**

(2) Quán cà phê này _____ đông người _____.

① rất, lắm   ② rất, quá   ③ không, quá   ④ không, lắm

(3) Đừng đi, nguy hiểm _____.

① lắm   ② rất   ③ thật   ④ quá

(4) Hôm nay anh _____ bận, không có thời gian gặp nhau.

① lắm   ② quá   ③ rất   ④ thật

(5) Tôi đã _____ mệt mỏi rồi, chia tay đi!

① rất   ② lắm   ③ thật   ④ quá

■ 填空題（請依下列的提示作答）

rộng / ồn ào / cay / thối / hay

(1) Quả sầu riêng _____ lắm, mình không ăn được.
（榴槤太臭了，我吃不了。）

(2) Bạn hát rất _____.
（你唱歌很好聽。）

(3) Ở đây _____ quá, đi chỗ khác nói chuyện đi.
（這裡太吵了，去別處聊吧！）

(4) Món này không _____ lắm.
（這道菜不會太辣。）

(5) Quần này không quá _____, cho mình lấy cái này.
（這條褲子不會太大，我要拿這條。）

單字

tắc đường 塞車   **đông người** 人多、很多人   **sầu riêng** 榴槤   **ồn ào** 吵雜、吵鬧

33 與「越…越…」相關的 càng ~ càng

333.MP3

Bài hát này càng nghe càng thấy hay.
這首歌越聽越覺得好聽。

Gừng càng già càng cay.
薑是老的辣（直譯：薑越老越辣）。

　　「**càng ~ càng**」此句型用於表達人或事物隨著某動作、情況而另一動作、情況的程度加高的改變，相當於中文的「越…越…」。「**càng**」後面只能接形容詞或動詞，不能接程度副詞或名詞的詞彙。

　　若想表達隨著時間而改變，則需用「**càng ngày càng**」的句型，相當於中文「越來越」及「一天比一天」的意思。

· Kinh tế Việt Nam càng ngày càng phát triển.
越南的經濟發展越來越好了。

· Cách nói chuyện của anh càng ngày càng giống người Việt.
你的講話方式越來越像越南人了。

A：Bạn có thấy càng ngày vật giá càng cao không?　　A：你有感覺物價的調漲越來越高嗎？

B：Ừ. Kể từ lúc dịch bệnh đến giờ, mua cái gì cũng đắt gấp đôi.

A：Đồ ăn, thuê nhà, xăng xe cũng đủ làm tôi chật vật rồi.

B：Thôi đừng nói nữa. Càng nói tôi càng cảm thấy bất lực.

A：Ngổn ngang trăm mối bên lòng, rượu say càng uống càng làm trắng tay.

B：Bạn lại còn làm thơ nữa? Có giỏi thì tìm việc lương cao hơn đi.

A：Tôi biết một chỗ tuyển nhân viên làm thêm buổi tối. Hay bọn mình cùng đi xin thử xem sao?

B：Thế thì đi thôi. Còn chờ gì nữa.

B：嗯！自從疫情開始到現在，買什麼都貴了兩倍。

A：食物、租金、汽油的費用也夠讓我覺得要勒緊褲帶了。

B：算了，別說了。越說我越覺得無奈。

A：心事重重，越買醉，越讓兩手空空！
（這句話在越南語中是文學表現）

B：你還有心情寫詩？有本事的話就去找薪水更高的工作吧！

A：我知道一處在徵求夜間的兼職工作人員。還是我們一起去面試看看如何？

B：那就走吧！還等什麼！

■ 是非題

_____ (1) **Càng yêu thì càng không được nhắm mắt làm ngơ.**

_____ (2) **Càng chị gái thì càng phải nhường các em.**

_____ (3) **Muốn hiểu người khác nghĩ gì, càng đọc nhiều sách tâm lý càng tốt.**

_____ (4) **Tôi càng ngày càng thích động vật.**

_____ (5) **Cô giáo con dạy: "Càng sợ càng phải đối diện."**

■ 填空題（請依下列的提示作答）

hài hước / hiểu chuyện / thân / ngon / không muốn kết hôn / lớn / hầm lâu / lạnh

(1) **Càng ngày càng có nhiều người** _____.
（越來越多人不想結婚。）

(2) **Con chúng tôi càng** _____ **càng** _____.
（我們長得越大越懂事。）

(3) **Càng** _____ **với anh ấy, tôi càng thấy anh ấy** _____.
（跟他走得越近，我越覺得他很幽默。）

(4) **Trời càng ngày càng** _____.
（天氣越來越冷。）

(5) **Món canh này càng** _____ **càng** _____.
（這道湯熬得越久越好喝。）

単字

nhắm mắt làm ngơ 視而不見　　**nhường** 讓　　**tâm lý** 心理　　**đối diện** 面對　　**hiểu chuyện** 懂事　　**thân** 親、親近
hầm 熬、熬煮

188

34 與「最」相關的 nhất

334.MP3

Thời còn là sinh viên, chắc mọi người ghét nhất là việc dậy sớm.
大學生那時候，想必大家最討厭的事是早起。

Tôi gầy nhất nhà.
我是家裡最瘦的人。

文法重點

　　當對人或對事進行比較，越南語會用副詞「hơn（更）」表達比被比較對象更高的程度；而當要表達最高的程度時，則一般是用副詞「nhất（最）」一詞。「nhất」通常置於形容詞的後方，若要與動詞一起使用時，也只能修飾心理動詞及助動詞使用而已。

· Hồ Chủ tịch là người lãnh đạo vĩ đại nhất của Việt Nam.
　胡主席是越南最偉大的領導人。

· Sếp Huy sợ con gián nhất.
　徽總最怕蟑螂。

Em yêu anh nhất.
我最愛你。

A：Toà tháp cao nhất trên thế giới là ở đâu em biết không?

A：你知道世界上最高的大樓是在哪裡嗎？

B：Em biết. Là ở Dubai.

B：我知道。是在杜拜。

A：Cao bao nhiêu mét em biết không?

A：那你知道它有多高嗎？

B：Cao hơn tám trăm mét.

B：高約 800 多公尺。

A：Sao em biết rõ thế?

A：你怎麼知道的那麼清楚？

B：Vì nơi em muốn đến nhất chính là nơi này.

B：因為我最想要去的就是這個地方。

■ 連連看

(1) **Quan trọng nhất là**　　　A. **ăn cá nhất.**

(2) **Em trai tôi**　　　B. **ăn khoẻ nhất nhà.**

(3) **Anh Hoàng là người**　　　C. **nhân cách và đạo đức làm người.**

(4) **Thành phố nào**　　　D. **lớn nhất Việt Nam?**

(5) **Con mèo thích**　　　E. **có năng lực làm việc nhất trong công ty.**

■ 翻譯題

(1) 我最喜歡喝椰子汁。

　　→ _____

(2) 最懂他的人是他爸。

　　→ _____

(3) 你最喜歡的演員是誰呢？

　　→ _____

(4) 這間超市離我們家最近。

　　→ _____

(5) 這間房間的面積是最大的。

　　→ _____

單字

nhân cách 人格　**đạo đức làm người** 做人的道理、為人的道德觀　**năng lực** 才能、本事、能力
nước dừa 椰子汁　**diện tích** 面積

35 與「再」相關的 nữa

335.MP3

Ăn nữa đi!
再吃吧！

Đừng khóc nữa!
別再哭了！

Cho tôi thêm một bát phở nữa.
再給我加一碗河粉。

文法重點

　　「nữa」是表述行為延續或者程度增加的副詞，相當於中文的「再」。「nữa」在日常面和書面都常用，通常置於句尾或疑問詞和語氣助詞之前。要注意的是，在「別再…了」的表達結構上我們不能說「đừng … rồi」而是要說成「đừng … nữa」。

　　表示延續的意思。例：

· Ngủ một lúc nữa đi!
再睡一會兒吧！

　　表示程度增加的意思。例：

· Đi nhanh nữa lên!
再走快點！

表示增加數量時，通常跟「**thêm**」一起說。例：

· Mua cho em thêm một cái xe nữa.
再給我買一輛車。

也可表示命令他人的意思。例：

· Đừng cho nó vay tiền nữa!
別再借錢給那個傢伙了！

A：Anh chị muốn gọi gì ạ?

A：你們要點什麼？

B：Cho anh một cốc cà phê sữa đá và một trà đào.

B：給我一杯冰牛奶咖啡和一杯桃子茶。

A：Anh chị có muốn gọi thêm ít bánh nữa không ạ?

A：你們要加點蛋糕嗎？

B：Cho anh hai cái bánh ngọt nữa.

B：請再給我兩個蛋糕。

A：Vâng ạ. Anh chị có muốn ăn thêm gì nữa không ạ? Quán em có nhiều đồ ăn vặt lắm ạ.

A：好的。您們還要再用些什麼嗎？我們店有提供許多食品。

B：Em đừng hỏi nữa, bọn anh vừa ăn cơm no rồi.

B：你別再問了，我們剛吃完飯現在是飽的。

■ 填空題（請適當地填入「nữa」或「thêm」）

(1)　Cho bàn chị _____ một cái bát và một đôi đũa.

（我這桌請再添一副碗筷。）

(2) **Hay là chúng ta mua một căn nhà** _____ **ở ngoại ô nhé !**
（還是我們在郊外再買一棟房子吧！）

(3) **Tôi sẽ không làm việc ở đây** _____ **.**
（我不會在這工作了。）

(4) **Nếu em còn thức khuya** _____ **thì mặt sẽ đầy mụn.**
（你還繼續熬夜的話，臉上會長滿痘痘。）

(5) **Họ chia tay nhau một năm rồi. Hôm qua lại công khai yêu** _____
một lần _____ **.**
（他們分手一年了，昨天卻再度公開戀情。）

■ 重組題

(1) **buồn / họ / vì / được / nhau / nữa / gặp / không / .**

→ _____

(2) **nữa / lên / to / nói / .**

→ _____

(3) **Việt / ngữ pháp / nên / rất / của / không / học / nữa / tiếng / dễ / phải / .**

→ _____

(4) **muốn / thì / cứ / ăn / ăn / em / đi / nữa / .**

→ _____

(5) **ngủ / nữa / ở / đừng / sô-pha / ghế / .**

→ _____

單字

ngoại ô 郊外、郊區　**đầy mụn** 長滿痘痘　**ghế sô-pha** 沙發

336.MP3

36 與「…完、…光」相關的 xong / hết

Phải đọc hết quyển sách này mới được đi ngủ.

要把這本書讀完才能去睡覺。

Bác sĩ đã chuẩn bị xong rồi.

醫生已經準備好了。

文法重點

　　「**xong**」與「**hết**」都是修飾動作狀態的副詞，置於動詞之後表達該動作的結果已完成。「**xong**」表示動作的結果是完成的，相當於中文的「…完、…好」；而「**hết**」表示動作到的完成度已經全部完畢，相當於中文的「…光」。

· Con ăn xong rồi.
　我吃完了。

· Con ăn hết rồi.
　我吃光了。

　　上述的兩個例句中，「**ăn xong**」指的是結束了這頓飯，可能飯菜還有，但是說話的人表示這頓飯他已經用餐完畢，不一定是把飯全都吃了，但「**ăn hết**」的意思是把飯全部都吃光了。「**xong**」與「**hết**」還可以充當動詞的使用。當動詞時「**xong**」還是表示「…完」的意思，「…**hết**」表示「已使用完（…耗盡了；沒…了）」的意思，意義的應用概念上與當副詞時是一樣的。

· Sắp xong chưa?
  快完了嗎？

· Hết tiền rồi.
  沒錢了。

　　另外，越南人在日常口語中，常會將「hết」跟與時間長度及金錢數量多寡相關的「**bao lâu** （多久）、**bao nhiêu**（多少）」一起使用，此時表示「花（費）」的意思。

· Từ nhà đi bộ đến công ty hết năm phút.
  從家走到公司花五分鐘。

· Anh mua nhà này hết bao nhiêu?
  你買這棟房子花多少錢？

A：Bạn đọc xong cuốn tiểu thuyết mình cho mượn chưa?

A：你讀完我借給你的那本小說了嗎？

B：Vẫn chưa xong. Mình mới đọc hết một nửa.

B：還沒完，我才讀完一半。

A：Đọc gì mà lâu thế! Mình đọc trong vòng một tuần là xong rồi.

A：怎麼讀得那麼久！我在一個禮拜之內就讀完了。

B：Mình vừa đọc vừa suy ngẫm mà. Mình muốn hiểu hết các tình tiết trong tiểu thuyết.

B：我邊讀邊思考的嘛，想徹底瞭解小說裡的各個情節。

A：Đọc xong thì trả mình nhé.

A：讀完就還給我吧！

B：Biết rồi.

B：知道啦！

■ 填空題（請適當地填入「xong」或「hết」）（填空後句首改大寫）

(1) ＿＿＿＿＿＿＿＿ việc thì vào văn phòng gặp sếp.
（工作做完後就到辦公室去見老闆。）

(2) Mẹ nấu ＿＿＿＿＿＿＿＿ bữa tối chưa?
（媽媽做完晚飯了嗎？）

(3) Con tiêu ＿＿＿＿＿＿＿＿ tiền tháng này rồi.
（我把這個月的零用錢都花光了。）

(4) Họ mua hai căn biệt thự ở ngoại thành ＿＿＿＿＿＿＿＿ 25 tỷ.
（他們在市郊買了兩套要價 250 億的別墅。）

(5) Ăn ＿＿＿＿＿＿＿＿ đồ trong tủ lạnh chưa?
（冰箱裡的東西吃完了沒？）

■ 是非題

＿＿＿＿＿ (1) Cậu xem hết trận chung kết tối qua chưa?

＿＿＿＿＿ (2) Ăn sáng hết anh sẽ đưa em đi làm.

＿＿＿＿＿ (3) Bố tôi thường làm xong phần việc nội trợ của mẹ.

＿＿＿＿＿ (4) Khi tôi ngủ dậy thì bố mẹ đã đi làm xong rồi.

＿＿＿＿＿ (5) Sao chiều qua em cho anh leo cây? Anh đã chờ em hết cả buổi chiều.

單字

căn（量詞）套（別墅）　biệt thự 別墅　ngoại thành 市郊　chung kết 決賽　việc nội trợ 家政
cho leo cây 放鴿子

337.MP3

37 與「甚至」相關的 thậm chí

Mức lương trung bình của công nhân nhà máy thấp lắm, thậm chí còn thấp hơn lao công ở thành phố.

工廠工人的平均薪資很低，甚至比城市的清潔工還低。

Chào Bạn.

怎麼辦！怎麼打招呼？

Mình thậm chí không biết dùng tiếng Việt để chào hỏi.

我甚至於不會用越南語打招呼。

註 插圖中的文字意思為「你好」。

文法重點

在陳述某一樣事情或狀態時，可以用「**thậm chí**」之後舉出更進一步的事例，加以強調前述的事實，即為中文的「甚至…」。在口語中，根據前文的情況，有時可以省略句子前方的說明。

· Bố mẹ tôi rất thương tôi, thậm chí họ không nỡ mắng tôi một lần nào.
  我父母很疼我，甚至他們一次都捨不得罵我。

· Anh ấy rất yêu động vật, thậm chí còn ngủ cùng chúng.
  他很愛護動物，甚至還跟牠們一起睡覺。

· Em ấy thậm chí không ở nhà nổi một ngày.
  她甚至在家裡一天都待不了。（一直想往外跑）

A：Thu nhập bình quân của người Việt là bao nhiêu?

A：越南人的平均收入是多少呢？

B：Mình nhớ không nhầm thì dân thành thị là khoảng 6,5 triệu.

B：我沒記錯的話，都市裡的市民是 650 萬盾左右。

A：Bạn có thấy hơi thấp so với giá cả ăn uống không?

A：你有覺得比起餐費的話是有點低嗎？

B：Bình quân một tháng giới trẻ chi khoảng 2,5 triệu cho các món ăn vặt và đồ uống. Chưa tính tiền thuê nhà, ăn cơm, mua sắm, phí xăng xe, v.v..

B：年輕人平均每月消費約 250 萬盾額外的飲食費。還沒算房租、正餐費、購物、油錢等等。

A：Vậy thì cuộc sống ở Việt Nam khá là đắt đỏ, không hề rẻ như mọi người nghĩ.

A：那麼越南的生活算是很昂貴，沒有像大家想得那麼便宜。

B：Đúng vậy. Giới trẻ hiện nay thậm chí rất ít người có tài khoản tiết kiệm.

B：是的。現在的年輕人甚至很少人有存款（銀行帳號）。

■ 選擇題（請選出「thậm chí」的正確位置）

(1)　(A) những người này còn (B) không xin được việc làm.

　　① (A)　② (B)

(2) Họ (A) khá là vô tâm, (B) mặc kệ con cái khóc thế nào cũng không dỗ dành.

①(A)   ②(B)

(3) Bạn kia xinh chưa, (A) xinh hơn (B) cả hotgirl nổi tiếng trên mạng.

①(A)   ②(B)

(4) Đất ở đây (A) xấu quá, (B) không trồng được cây.

①(A)   ②(B)

(5) (A) cô ấy chưa một lần (B) đi du lịch.

①(A)   ②(B)

■ 連連看

(1) Công việc đối với anh ấy rất quan trọng,

A. thậm chí ba ngày tưới một lần cũng được.

(2) Chất lượng của đồ rẻ

B. thậm chí ngang bằng với đồ đắt tiền.

(3) Cây này không cần tưới nhiều nước,

C. thậm chí có thể khiến anh ấy quên ăn quên ngủ.

(4) Thậm chí xem một bộ phim cảm động

D. cũng làm cho cô ấy khóc cả ngày.

(5) Công việc này thậm chí

E. nguy hiểm đến tính mạng.

單字

dỗ dành 哄（孩子）；安撫   **đối với** 對於   **quên ăn quên ngủ** 廢寢忘食   **chất lượng** 品質   **đồ rẻ** 便宜貨

ngang bằng 相等   **đồ đắt** 昂貴品   **tưới nước** 澆水；灌溉   **cảm động** 感動   **nguy hiểm** 危險

tính mạng 性命   **mặc kệ** 不管、置之不理

38 與「比…更…」相關的 hơn

338.MP3

Quần bò xanh hợp với cái áo này hơn quần bò đen.

藍色牛仔褲比黑色牛仔褲更適合這件衣服。

Con trai cao hơn bố hai mươi phân.

兒子比爸爸高二十公分。

文法重點

「**hơn**」用於複數人、事、物之間的表達，被比較的人、事、物可以明確寫出，亦可以省略，相當於中文的「比…更…」。要注意在越南語中，被比較的人、事、物是置於「**hơn**」的後方，比較的人、事、物則是置於句首。

當「**hơn**」跟時間名詞或數量名詞結合時，還含有「多」的意思。

· Bây giờ là tám giờ hơn.
  現在是八點多。

· Mình thuê xe máy hơn một trăm một ngày.
  我租機場一天要十萬多元。

有時，「**hơn**」用於形容詞，在選擇時具有「更好」的意思。

· A: Hôm nay đau đầu quá, có nên đi học không?
    今天頭太痛了，該不該去上課？

· B: Ở nhà thì hơn.
    在家更好。

A：Hôm nay mẹ làm hai món gà, các con ăn thử xem món nào ngon hơn.

B：Con thấy món gà luộc ngon hơn.

C：Không, món gà xào sả ớt ngon hơn món gà luộc.

A：Vậy thì từ sau mẹ vẫn làm riêng hai món cho hai đứa nhé.

B：Vâng, mỗi lần ăn cơm với gà luộc con đều ăn được hơn hai bát.

C：Thế đã là gì, mỗi lần ăn cơm với gà xào sả ớt con đều ăn được hơn ba bát.

A：Mẹ biết rồi. Chứng tỏ món mẹ nấu đều rất ngon.

A：今天媽媽做了兩道雞肉，你們嘗嘗哪個更好吃。

B：我覺得白斬雞比較好吃。

C：不，尖椒香茅雞比白斬雞更好吃。

A：那媽媽以後還是各煮你們喜歡吃的菜分別給你們倆吧！

B：好的，每次吃白斬雞配飯的時候我都能吃兩碗多。

C：那算什麼！我每次吃尖椒香茅雞配飯都能吃三碗多。

A：媽媽知道了。這證明媽媽做的菜都很好吃。

■ 選擇題（請選擇「hơn」的正確位置）

(1)　**Cậu thích (A) sống ở nước nào (B)？**

　　　① (A)　② (B)

(2)　**Em giống (A) bố (B) hay giống (C) mẹ (D)？**

　　　① (B) / (D)　② (A) / (C)

(3) Bài thuyết trình của người cuối cùng có (A) sức thuyết phục (B) của những người khác.

   ① (A)   ② (B)

(4) Khi chia tay, người bị đá thường sẽ đau khổ (A) người chủ động chia tay (B).

   ① (A)   ② (B)

(5) Bạn thích (A) xem (B) phim Hàn (C) hay phim Mỹ (D) ?

   ① (A) / (B)   ② (C) / (D)

■ 連連看

(1)	**Con nào**	A.	hơn chị Hồng.
(2)	**Đôi giầy màu be đẹp**	B.	hơn đôi màu đen.
(3)	**Khi buồn tôi ở một mình**	C.	đẹp hơn, chọn giúp em một con.
(4)	**Vừa học vừa làm thêm**	D.	sẽ đỡ buồn hơn.
(5)	**Chị Hoa hợp với anh**	E.	thì sẽ có tiền để chi trả tiền nhà và học phí.

單字

đôi（成對的量詞）…雙   **màu be** 米色   **đỡ buồn** 解憂   **chi trả** 支付   **tiền nhà** 房租   **học phí** 學費
bài thuyết trình 演講   **sức thuyết phục** 説明力

339.MP3

39 與「比起」相關的 so với

Sự cố gắng của ngày hôm nay so với hôm qua không có gì khác biệt cả.

今天的努力比起昨天沒有什麼區別。

Bạn ấy trẻ hơn so với những người cùng tuổi.

比起那些同年紀的人，他看起來更年輕。

文法重點

　　「**so với**」用於加強比較的語氣，使用時置於被比較的人、事、物之前加以強調，相當於中文的「比起」及「和…相比」。「**so với**」通常會跟「**hơn**」或「**nhất**」一起使用，在句子中應用的位置較為靈活，既可以置於句首，亦可以置於句中。此外，依情況不同，「**so với**」還有「與其…，不如…」的意思。

會話

A：Hôm nay là ngày cuối cùng bạn ấy thử việc, không biết có được nhận làm nhân viên chính thức hay không?

A：今天是她試用期最後一天，不知能不能錄用成為正式職員？

B：Những người khác đều được nhận thì bạn ấy cũng sẽ được nhận thôi.

B：其他人都被錄用了，她也會被綠用的。

A：Cũng đúng. Bạn ấy làm việc chăm chỉ hơn nhiều so với những người kia mà.

A：也對。她做事比起那些人更認真得多。

B：So với mình, bạn ấy càng thông thạo công việc ở công ty hơn.

B：跟我相比，她更熟練公司的工作。

A：Vậy thì giám đốc nên sa thải cậu và tăng lương cho bạn ấy nhỉ.

A：那麼經理應該開除你，然後幫她調薪啊！

B：Mình đùa thôi, sao cậu về phe người khác nhanh thế!

B：我開玩笑而已，你怎麼這麼快就站在她那邊了！

A：Mình cũng đùa thôi.

A：我也開玩笑的。

B：Không thèm nói chuyện với cậu nữa.

B：懶得跟你說了。

■ 是非題

_____ (1) **So với Hoa thì tính cách của Lan không bằng.**

_____ (2) **Mùa hè nóng hơn so với mùa thu.**

_____ (3) **So với các anh thì tôi chẳng là gì cả.**

_____ (4) **Đứng dậy đi tiếp sẽ tốt hơn so với việc cứ nằm chờ người khác đến giúp đỡ sau khi bị ngã.**

_____ (5) Hôm nay nhận được số tiền không là gì so với hôm qua.

■ 重組題（重組後句首改大寫）

(1)　**các / học / giỏi / so / hơn / với / anh / con gái / tôi / nó / .**

→ _____

(2)　**không / mặt / gì / này / bị / với / chuyện / chuyện / là / so / chửi / mọi / trước / người / .**

→ _____

(3)　**lạnh / so / núi / biển / hơn / với / trên / .**

→ _____

(4)　**giao / mệt / với / công việc / tôi / so / hàng / hơn / nghĩ / .**

→ _____

(5)　**Hồ Chí Minh / phát triển / so / Hà Nội / với / của / kinh tế / hơn / .**

→ _____

單字

đôi（成對的量詞）…雙　**màu be** 米色　**đỡ buồn** 解憂　**chi trả** 支付　**tiền nhà** 房租　**học phí** 學費
bài thuyết trình 演講　**sức thuyết phục** 説服力

40 與「透過」相關的 thông qua / qua

Nhà trường sẽ sắp xếp danh sách lớp học thông qua kỳ thi cuối kỳ.

學校會透過期末考試進行分班。

Đã có một quãng thời gian, họ chỉ nói chuyện với nhau qua điện thoại.

有一段時間，他們只透過手機聊天。

文法重點

　　越南語的「**thông qua**」及「**qua**」表示主語透過某些人或事進行動作或得到消息，具有「透過」的意思。要注意的是「**thông qua**」及「**qua**」沒有物理性的「穿過」之意，此外，只能後接名詞、代名詞、名詞片語。要強調時可以將「**thông qua**」及「**qua**」置於句子前方。

· Em muốn liên lạc với mẹ qua chị.
　我想透過姊姊跟媽媽聯絡。

· Thông qua câu chuyện này, chúng ta sẽ có một cách nhìn khác về cuộc sống.
　透過這個故事，我們可以得到對生活不同的看法。

　　「**thông qua**」還可以當動詞使用，表示「（考驗、請求）通過」、「批准」的意思。

· Chưa được sếp thông qua thì dự án này không thể tiến hành.
這個方案沒有得到上司的同意（通過）就不能進行。

· Em họ tôi đã thông qua kỳ thi đại học năm nay rồi.
我的表弟已經通過今年的大學入學考試了。

A：Thơm quá! Không ngờ tài nấu nướng của em lại đỉnh thế.

A：好香啊！沒想到你做菜的手藝這麼厲害。

B：Chị ăn thử đi xem có ngon không.

B：妳嘗嘗吧，看好不好吃。

A：Ngon lắm. Em học nấu ăn ở đâu thế?

A：很好吃。你是在哪裡學做菜的？

B：Em học qua sách vở, qua Youtube.

B：我是透過書籍及 **Youtube** 的影片學的。

A：Em lừa chị.

A：你亂講（你騙我）。

B：Thật mà. À đúng rồi, em còn học qua mẹ nữa.

B：真的嘛。哦，對了，我還有跟媽媽學。

■ 填空題（請依下列的提示作答）

bộ phim này / phần mềm Zoom / mạng / công ty bất động sản / tin nhắn

(1)　**Vì sếp ở nước ngoài nên mỗi tuần công ty tôi họp qua** _____ _____.

（我們公司因為經理人在國外，所以每個星期都會透過 **Zoom** 軟體開會。）

(2) **Nếu anh ngại không thể trực tiếp tỏ tình với chị ấy thì có thể thông qua**
_____.
（你要是害羞不能直接跟她表白的話，可以透過傳訊息的方式表白。）

(3) **Thông qua** _____, **chúng tôi đã học được rất nhiều thứ từ các nhân vật trong phim.**
（透過這部電影，我們從電影裡的人物學到了很多東西。）

(4) **Chị Lan và anh Hải quen nhau qua** _____.
（蘭姊和海哥透過網路認識的。）

(5) **Hiện nay ai cũng thuê chung cư qua** _____.
（現在不管任何人都透過不動產公司租房子。）

■ 是非題

_____ (1) **Muốn đến ngọn núi đó phải thông qua cây cầu trước mặt.**

_____ (2) **Em ấy đã thông qua thử việc một cách thuận lợi.**

_____ (3) **Mọi chuyện thông qua rồi, đừng buồn nữa.**

_____ (4) **Thông qua biểu cảm trên khuôn mặt của anh ấy, ai cũng đoán được kết quả.**

_____ (5) **Mùa đông lạnh nên em giặt quần áo qua máy giặt.**

單字

trực tiếp 直接　**tỏ tình** 告白、表白　**tin nhắn** 簡訊　**nhân vật** 人物　**bất động sản** 不動產
ngọn（山的量詞）…座　**thử việc** 試用　**một cách** …地　**thuận lợi** 順利　**khuôn mặt** 臉型、面孔
máy giặt 洗衣機

341.MP3

41 與工具、方式相關的 bằng

Hàng ngày tôi đi làm bằng xe máy.
我每天騎機車上班。

Phải chiên trứng bằng chảo.
要用平底鍋煎蛋。

「**bằng**」用來強調發生行為的方式、工具或產品材料，可以理解同英語的介系詞「**by**」。和「**by**」一樣，「**bằng**」置於方式、工具、材料之前。

· Tôi chơi game bằng điện thoại.
我用手機玩遊戲。

· Bây giờ đi du lịch bằng máy bay là tiện nhất.
現在坐飛機去旅遊是最方便的。

· Cái túi anh mua ở Thái làm bằng da cá sấu.
我在泰國買的包包是鱷魚皮做的。

· Thành công phải trả giá bằng nước mắt.
成功要用眼淚付出代價的。

除了強調工具與方式之外，「**bằng**」還有「等於」的意思。可用來對比兩個以上的人及物。「**bằng**」的「等於」必須符合可衡量的高度、重量、價格、分數等等條件，不能用於抽象的表現。

· Em trai cao bằng anh trai.
弟弟跟哥哥一樣高。

· Cái điện thoại này đắt bằng cái máy tính đó.
這隻手機跟那台電腦一樣貴。

A：Ở Việt Nam mọi nhà đều có ít nhất một chiếc xe máy.

A：在越南每戶至少都有一輛機車。

B：Mọi người không đi bằng xe buýt sao?

B：大家不搭公車外出嗎？

A：Giao thông ở Việt Nam khá phức tạp, đa số chỉ có học sinh đi học bằng xe buýt thôi.

A：越南的交通比較複雜，大部分只有學生會搭公車去上學而已。

B：Nếu đi xa thì sẽ đi bằng gì?

B：要是去的遠方會搭什麼車呢？

A：Chủ yếu đi bằng xe khách, có nhiều người thì thích đi bằng xe máy.

A：主要的搭巴士去，若有很多人就一般就偏好騎機車去。

B：Giá vé xe buýt và tiền đi xe máy cái nào đắt hơn?

B：公車的票價與騎機車的油錢哪一邊比較貴？

A：Đắt bằng nhau nên mọi người chọn xe máy.

A：都一樣貴，所以大家都會選騎機車。

B：Thật thú vị!

B：真是有趣！

■ 重組題

(1) cơm / bằng / người / gì / ăn / Tây / ?

→ _____

(2) tủ / làm / gỗ / quần áo / bằng / .

→ _____

(3) mua / cái / tiền / anh / này / mình / bằng / của / .

→ _____

(4) xôi / gạo nếp / nấu / bằng / .

→ _____

■ 填空題 （請下列的提示作答）

tay / tiền mặt / xe buýt / máy ảnh

(1) **Tôi đi làm bằng** _____ .
（我搭公車去上班。）

(2) **Hôm qua bạn tôi chụp ảnh cho tôi bằng** _____ .
（我朋友昨天用相機幫我拍照。）

(3) **Chị ấy viết bức thư này bằng** _____ .
（她手寫了這封信。）

(4) **Chúng tôi muốn thanh toán hoá đơn bằng** _____ .
（我們想要用現金支付帳單。）

單字

người Tây 西方人　**gỗ** 木頭、木材　**xôi** 糯米飯　**gạo nếp** 糯米　**máy ảnh** 相機　**thư** 信件
thanh toán 支付、買帳　**tiền mặt** 現金

342.MP3

42 與「還（沒）」相關的 chưa

Em chưa buồn ngủ.
我還不睏。

Cô giáo vẫn chưa đến.
（女）老師還沒來。

文法重點

　　複習一下越南語的否定式。「chưa」在越南語中是一個用於表述過去動作或狀態在過去未發生，或是在將來未完成的副詞，等同於中文的「還沒」。要注意，「chưa」與「không」的使用上是明確不同的，「chưa」後面的動作和狀態到說話的時間點是沒有發生但在將來可能是會發生的，但「không」是直接否定後述的動作和狀態，並明確表示在將來也不會發生的。

· Em chưa ăn no.
　我還沒吃飽。

· Người lớn chưa cầm đũa thì trẻ con chưa được ăn.
　大人還沒動筷子，孩子就不許先吃。

· Ngày mai tôi chưa đi công tác về.
　我明天還在出差，還沒回來。

　　「chưa」通常還能固定前接「vẫn」一起使用，一樣是表示「還沒」的意思。

· Tháng này vẫn chưa nhận lương.
　這個月還沒領薪水。

213

- Chỗ này vẫn chưa hiểu rõ.
  這個地方還沒弄懂。（指學習到某個點時）

「**chưa**」置於句尾時，是「…了嗎？、…了沒？」的意思。構成「是否已進行」的疑問句。

- Bạn gội đầu chưa?
  你洗頭了沒？

- Cô giáo đến chưa?
  老師來了嗎？

(Ở Bà Nà Hills…)　　　　　　　　　　（在巴拿山）

A：Anh từng đến Đà Nẵng chưa?

A：你曾經來過峴港嗎？

B：Anh đến Đà Nẵng vào năm ngoái rồi nhưng chưa đến Bà Nà Hills.

B：我去年去過峴港了，但是還沒去過巴拿山。

A：Anh có biết chúng ta đang đứng ở đâu không?

A：你知道我們現在正站在什麼地方嗎？

B：Chúng ta đang ở trên Cầu Vàng phải không? Anh mới biết đến cây cầu này năm nay. Nghe nói rất nổi tiếng ở Đông Nam Á.

B：我們正在佛手橋上是嗎？我今年才知道有這條橋，聽說在東南亞很出名。

A：Vâng, lúc chưa đến em thấy bình thường. Đến rồi mới biết đây quả là một công trình đặc sắc.

A：是的。沒來的時候我覺得很一般。一旦來了我才知道，這座橋果真是一座具有特色的橋（建築）。

B：Mình chụp vài tấm ảnh làm kỷ niệm nhé!

B：我們拍幾張照片留作紀念吧！

A：Vâng. Em vẫn chưa chụp được tấm ảnh nào.

A：好的。我一張照片都還沒拍呢！

B：Để anh chụp cho nhé.

B：讓我幫你拍吧！

課後練習

■ 填空題（請適當地填入「chưa」或「không」）

(1) **Chúng tôi mới cưới năm ngoái, _____ có ý định có con.**
（我們去年才結婚，還沒有打算要生孩子。）

(2) **Anh Hoàng đang giảm cân nên _____ ăn tối.**
（黃哥在減肥，所以不吃晚餐。）

(3) **Bạn gái mình vẫn _____ hết giận.**
（我女朋友還沒有消氣。）

(4) **Cô ấy _____ yêu tôi vì cô ấy _____ hiểu tôi.**
（她不愛我是因為她還不懂我。）

■ 聽音檔回答問題

342_1.MP3

(1) **Bạn đã giặt quần áo chưa?**（你洗衣服了沒？）

→ _____

(2) **Bạn ăn thử món chả cá Hà Nội chưa?**（你吃過河內的煎魚餅了沒？）

→ _____

(3) **Bạn đã đi tham quan phố cổ Hội An chưa?**（你參觀過會安古鎮了沒？）

→ _____

單字

ý định 念頭、想法、計劃　**giảm cân** 減肥　**hết giận** 消氣、平息怒氣　**chả cá** 煎魚餅　**phố cổ Hội An** 會安古鎮

343.MP3

43 與「才」相關的 mới

Tôi xin lỗi vì đã đến muộn.

Sao giờ cô mới đến?

妳怎麼現在才來？

註 插圖中的文字為「對不起，我來遲了！」

Ngủ tiếp đi, mới năm giờ thôi.

才五點而已，繼續睡吧！

文法重點

　　越南語中的副詞「mới」與中文的「才；才剛」非常接近，不管是意思還是用法都存在相同之處。「mới」後面接動詞時，表達事情發生的時間是不久之前的，強調時間早、數量少或動作程度的輕微。

· Tôi mới đến Việt Nam hai tháng.
　我才剛到越南兩個月（而已）。

· Bảy giờ mới tập hợp ở sảnh khách sạn.
　七點才在飯店的大廳集合。

· Mới nói một câu mà đã nổi giận rồi.
　才說一句話就生氣了。

　　「mới」後面接形容詞或「là」時，表達加強確定的語氣。

· Em mới là người anh yêu.
　妳才是我愛的人。

· Bài tập này phải làm như vậy mới đúng.

這個作業要這樣做才對。

當「**mới**」表示時間短和數量少時，通常在數量前接「**có**」。

· Em mới ăn có một bát đã no rồi.
我才吃一碗就飽了。

· Mới có bốn rưỡi thôi, sao anh tan làm sớm thế?
才四點半，你怎麼下班那麼早？

要特別注意以下兩點：

第一，「**mới**」除了接續關於時間、距離、年齡的詞彙之外，不可以直接跟其他數量詞搭配使用。若是要接續上述的內容以外的數量詞藉以表達出「僅」、「僅有」意思時，這時應該用其它的詞性，例如：「**chỉ có**」、「**có**」。

· Chỉ có hai triệu làm sao đủ cho con đóng tiền nhà.
才兩百萬（盾），怎麼夠我交房租！

第二，在越南語中不能用「**mới**」來表達與中文裡表示強調確定的「才不」。

· Em mới không ngủ.（×錯誤）
× 我才不睡覺。

· Chúng tôi mới không thèm tiền của anh.（×錯誤）
× 我們才不稀罕你的錢。

A：Ăn tối chưa thế?

A：吃晚飯了嗎？

B：Mới ăn xong. Có chuyện gì không?

B：才剛吃完，有什麼事嗎？

A：Nay tôi mới mua xe, định đi rửa xe.

A：今天我剛買車，打算請客。

B：Mua xe gì, bao nhiêu tiền?

A：Có năm chục triệu thôi.

B：Mới mua xe tám tháng trước giờ lại đổi xe rồi à?

A：Ừ, nhà chả có gì ngoài điều kiện.

B：Để mai nhé. Nay tôi ăn cơm no quá rồi.

B：你買什麼車呢？花了多少錢？

A：才五千萬（盾）而已。

B：你八個月前才買車，現在又換車了啊？

A：嗯。家裡除了經濟寬裕外沒有其他的優勢了。

B：明天再說吧！今天我已經吃得太飽了。

註 在越南，普遍會有在購買新車後請客的習慣，所以這裡的「**rửa xe**」便引申為「請客」之意。

■ 是非題

_____(1) **Yêu nhau có năm năm rồi, sao có thể dễ dàng quên như vậy được.**

_____(2) **Kết cục ngày hôm nay mới là điều họ không mong muốn.**

_____(3) **Chỉ có nhìn thấy một con chuột cũng sợ bỏ chạy thục mạng.**

_____(4) **Anh mua cái thắt lưng này mới bốn trăm nghìn.**

_____(5) **Lúc nãy có khách mới đến nhà mình.**

■ 填空題（請依下列的提示作答）（部分提示可複填，填空後句首改大寫）

sắp / chỉ có / mới / có / đã

(1) **Cô Mai _____ đi chưa?**
（阿梅姑姑已經走了嗎？）

218

(2) **Tháng này** _____ **là tháng hai thôi, ba tháng nữa** _____
đến sinh nhật nó.

（這個月才二月而已，三個月後才到他的生日。）

(3) _____ **mưa rồi, mau tìm chỗ trú mưa thôi.**

（天空馬上要下雨了，快找個地方躲雨吧！）

(4) _____ **mỗi cái xe mà bố mẹ không nỡ mua cho con đi học sao?**

（只是一台車子，你們（爸媽）也捨不得讓我買去上學嗎？）

(5) **Căn nhà này họ mua trả góp,** _____ **trả được** _____ **một
nửa thôi.**

（他們分期付款買了這間房子，現在才還了一半的貸款。）

單字

mong muốn 期望　　**bỏ chạy** 出逃、逃竄　　**thục mạng** 死命地、拼命　　**thắt lưng** 皮帶　　**trú mưa** 躲雨

không nỡ 捨不得　　**mua trả góp** 分期付款

344.MP3

44 與「正在」相關的 đang

Lớp trưởng đang giúp giáo viên cầm tài liệu.
班長正在幫教師拿資料。

Trợ lý đang phiên dịch cho giám đốc.
助理正在幫經理口譯。

文法重點

　　當要表達某個動作或狀態的現在式，越南語中使用時間副詞「đang」，等同於中文的「正在…」意思。此時間副詞一般置於主語之後，動詞或形容詞之前。

· Công nhân nhà máy này đang chế tạo máy móc.
　這間工廠的工人正在製造機器。

· Cô ấy đang rất buồn.
　她正在難過。

Con trâu đang ở trong ruộng.
一隻水牛正在田裡。

A：Em đang làm gì?

B：Em đang đi cắt tóc với bạn.

A：Để tóc dài đang xinh, sao em lại muốn cắt tóc thế?

B：Em chưa bao giờ để tóc ngắn nên muốn thử một lần xem có hợp không.

A：Thế à? Thế em có định nhuộm màu gì không?

B：Em định nhuộm màu nâu.

A：Vậy khi nào cắt nhuộm xong chụp ảnh gửi cho anh xem nhé!

B：Vâng. Không thành vấn đề.

A：妳正在做什麼？

B：我正要跟朋友去理髮。

A：妳留長髮正是好看的樣子，怎麼又想要理髮了呢？

B：我還沒留過短髮，所以想試一次看看短髮是不是適合我。

A：這樣呀。那你有打算染什麼顏色的頭髮嗎？

B：我打算染成棕色。

A：那做完之後拍照傳給我看吧！

B：好的。沒問題。

■ 填空題（請適當地填入「đang」或「đã」）（填空後句首改大寫）

(1)　**Con chó cứ nhìn chủ như _____ muốn nói điều gì.**
（狗一直盯著主人，好像有話想說似的。）

(2)　**Em ấy _____ là nhân viên thực tập cho một công ty nước ngoài.**
（她現在是海外公司的一名實習生。）

(3) Trời nóng quá nên tôi _____ bật điều hoà.
（太熱了，所以我開了冷氣。）

(4) _____ 12 giờ đêm rồi mà ở đây vẫn đông người thật.
（都深夜 12 點了，這裡還這麼多人。）

(5) Em ấy _____ sấy tóc nên không nghe thấy tôi gọi.
（她正在吹頭髮，所以聽不到我在叫的聲音。）

■ 連連看

(1) Các em ấy đang	A. để mình lau đã hẵng ngồi.
(2) Chị Hoa đang định tỏ tình	B. chăm chú nghe giảng.
(3) Cái bàn này đang bẩn,	C. bắn pháo hoa.
(4) Ở đây đang	D. nên mọc nhiều mụn.
(5) Nó đang ở thời kỳ trưởng thành	E. thì nhân viên giao đồ ăn đến gõ cửa.

單字

nhân viên thực tập 實習生　công ty nước ngoài 海外公司　sấy tóc 吹頭髮　chăm chú 聚精會神
nghe giảng 聽課　tỏ tình 告白　nhân viên giao đồ ăn （送餐點的）外送員　gõ cửa 敲門　lau 擦
hẵng 先⋯再⋯　bắn pháo hoa 放煙火　thời kỳ trưởng thành 青春期　mọc mụn 長痘痘

222

45 與「曾經」相關的 đã từng / từng

Chú chó này từng đến nhà tôi xin cơm.

這條狗狗曾經來過我家討飯吃。

Anh ấy đã từng đến Việt Nam hai lần rồi.

他曾經到過越南兩次了。

Bác từng nuôi lợn à?

你曾經養過豬嗎？

Đồng nghiệp đã từng nói với tôi nhưng tôi quên mất.

同事曾經跟我講過但是我忘掉了。

文法重點

　　當想要表達某個動作在過去的一段時間內曾經發生過時，通常只需要用副詞「từng」或「đã từng」置於動詞前面，即相當於中文的「曾、曾經」。句中不需要像中文一樣加「過」配合使用。越南文的部分也不需要與「rồi」字配合，即可表示

223

為過去的行為。強調時用「**đã từng**」，不強調時用「**từng**」即可。

此外，「**từng**」除了「曾經」意思以外，還表達逐一的意思。通常「**từng**」出現在名詞之前，強調「一個個地」。

· Anh nhớ em từng giây từng phút.
  每分每秒都在想你。（每一分每一秒）

· Bây giờ chưa đủ tiền thì mua từng thứ một.
  現在錢不夠就一個一個地買。

A：Ông từng tham gia chiến tranh à?

A：爺爺曾參加過戰爭嗎？

B：Đúng vậy. Ông đã từng trực tiếp tham gia chiến đấu bảo vệ Tổ quốc.

B：對呀。爺爺曾為了保衛祖國直接參戰。

A：Ông kể cho cháu được không?

A：您能講給我聽嗎？

B：Ông nhớ rất rõ từng trận đánh. Trận nào ông cũng đánh thắng và mỗi trận đều để lại trên người ông một vết sẹo.

B：每一場戰鬥我都記得清清楚楚。每一場都取得了勝利，每一場都在我身上留下了傷疤。

A：Ông thật là dũng cảm!

A：爺爺真勇敢！

B：Lúc ấy ông cũng sợ lắm. Vừa đánh vừa khóc. Nhưng giữa sự sống và cái chết phải chọn lấy một thứ.

B：那時爺爺也很害怕，邊打邊哭。但是生與死之間要選擇一個。

A：Cháu rất tự hào về ông.

A：我真為爺爺感到驕傲。

B：Cảm ơn cháu gái của ông.

B：我的乖孫女，謝謝！

■ 是非題

_____ (1) **Anh ấy đã từng nghe bài hát này hôm qua.**

_____ (2) **Đoàn du lịch đã từng xuất phát lúc 9 giờ sáng.**

_____ (3) **Từng trung tâm thương mại đã được xây lên.**

_____ (4) **Họ đã từng bị tai nạn giao thông.**

_____ (5) **Chị Nga chưa từng đến Châu Âu.**

■ 重組題

(1) **mắm tôm / chưa / tôi / ăn / từng / .**

→ _____

(2) **cắm / núi / từng / chưa / bạn / trại / đã / trên / ?**

→ _____

(3) **chúng / anh / đã / bán / tôi / đứng / ấy / từng / .**

→ _____

(4) **chị / yêu / nước / Mai / từng / người / ngoài / .**

→ _____

(5) **đi / đã / thành phố / từng / nào / bạn / tham quan / ?**

→ _____

單字

trung tâm thương mại 購物中心　　**xây** 建造　　**tai nạn giao thông** 車禍　　**bán đứng** 出賣

46 與「已經」相關的 đã

346.MP3

Mấy anh ấy đã uống say rồi.

他們幾個已經喝醉了。

Chiều hôm kia trên đường đến bảo tàng, tôi đã bị lạc đường.

我前天下午去博物館的路上時迷路了。

文法重點

　　「đã」相當於中文的「已經」，置於動詞之前表示某種動作或狀態在某個時間段已完成。「đã」通常會跟「rồi」一起出現，有的時候甚至於「đã」直接省略掉，也不影響句子的意思。

- Mình ăn trưa rồi mới qua.
  我吃過午飯了才過來。

- Em đã biết mình sai rồi.
  我已經知道自己錯了。

　　「đã」還表示需要完成動作的次序。表示要「đã」修飾的動作需要完成後才會繼續做第二個動作，相當於中文的「先…完」。注意，這時表示「先…完」意義的「đã」在句子中的位置會與表示的「已經」有所不同，必須置於在動詞的後方。

- Uống cốc sữa đã rồi đi học.
  喝完杯奶再去上課。

· A: Đi nhậu không?

　　要去喝酒嗎？

· B: Tôi tắm đã.

　　我先去洗個澡。

　　「**đã**」還可以當作一般的形容詞使用，表示「滿足」、「盡興」。

· Uống rượu phải uống đã.

　喝酒要喝的盡興。

· Ngủ đã chưa?

　睡飽了嗎？

A：Chị đã đặt vé tàu chưa?

A：您訂火車票了嗎？

B：Tôi đã đặt rồi, đây là thông tin đặt vé tàu của tôi.

B：我已經訂了，這是我的訂票資訊。

A：Chị chờ một lát, chúng tôi sẽ xuất vé cho chị.

A：稍等一下，我們會出票給你。

B：Vâng.

B：好的。

A：Chị đã thanh toán chưa?

A：您付款了嗎？

B：Tôi đã thanh toán bằng thẻ trên trang web rồi.

B：我已經在網站上刷卡付款了。

A：Vâng. Đây là vé của chị. Mời chị kiểm tra lại thông tin của mình.

A：好的。這是您的票。請確認一下你的資訊。

B：Thông tin đều chính xác rồi. Cảm ơn anh.

B：資訊都正確了，謝謝您。

■ 選擇題（請選出「đã」的正確位置）

(1)　(A) phải xếp hàng (B) vì bên trong không còn bàn.

　　① A　② B

(2)　Con chó (A) ngồi (B) suốt một tiếng đồng hồ chờ chủ nhân của nó.

　　① A　② B

(3)　(A) ăn cho (B) , (C) có người chiêu đãi (D).

　　① A / D　② B / C

(4)　Nói chuyện với tôi một lúc (A) rồi vào họp (B) sau.

　　① A　② B

(5)　Tôi (A) nói (B) là làm.

　　① A　② B

■ 是非題

_____ (1) Trước đây tôi đã cảnh cáo cô rồi, sao cô không chịu tin.

_____ (2) Ra vào phải chú ý đã.

_____ (3) Cứ để cho nó chơi đã đi, nó mới chỉ là học sinh tiểu học.

_____ (4) Cái máy tính này đã hỏng từ tuần trước rồi.

_____ (5) Ăn hoa quả đã ăn cơm.

單字

xếp hàng 排隊　**chủ nhân** 主人　**chiêu đãi** 招待　**cảnh cáo** 警告　**chịu tin** 相信　**học sinh tiểu học** 小學生

347.MP3

47 與「快要、馬上、立刻」相關的 sắp / ngay

Ông tôi sắp khỏi bệnh rồi.
我爺爺的病快好了。

Trời sắp sáng rồi.
天馬上要亮了。

Em sẽ làm ngay.
我立刻做。

Tôi không tin anh ấy bây giờ để tóc xoăn

Chờ anh ấy đến thì bạn biết ngay.
等他來了你就馬上知道。

> 註 插圖中的文字為「我不信他現在是捲髮」。

文法重點

　　越南語的副詞「**sắp**」與「**ngay**」用於通知動作或狀態在不久後即將要發生,帶有說話的人認為時間短促的主觀性。這類副詞通常只跟動詞和形容詞搭配使用,等同於中文的「快要」、「馬上」。兩者不能替換使用,區別如下兩點:

　　①「**sắp**」會依情境置放於句中不同的位置。「**sắp**」置於動詞和形容詞之前,而「**ngay**」置於動詞和形容詞之後。

· Anh ấy sắp cưới.

他快要結婚了。

· Trang điểm là đẹp ngay.

化了妝就立刻變好看。

②兩者的句型結構也不同。「**sắp**」通常可以跟「**rồi**」一起説，等同於中文的「快要…了」；但「**ngay**」只能單獨使用。此外，「**sắp**」的句子不能有時間副詞的出現，而「**ngay**」的句子往往可以有時間副詞「**sẽ**」。

· Cứ đà này thì mình sắp gầy rồi.

照這樣下去，我馬上就能瘦了。

· Thứ hai em sẽ đi làm lại ngay.

我星期一會立刻回去上班。

A：Mình sắp về nước rồi.

A：我快要回國了。

B：Khi nào bay? Khi nào thì cậu sẽ quay lại?

B：什麼時候飛？那什麼時候你會回來？

A：Thứ ba tuần sau bay. Khi nào hết nghỉ phép mình sẽ quay lại ngay.

A：下星期二。休假結束後我會立刻回來。

B：Cậu sẽ làm gì trong thời gian nghỉ phép?

B：休假期間你會做什麼？

A：Trước tiên mình sẽ dành thời gian một ngày để ngủ. Sau đấy sẽ đưa gia đình đi du lịch.

A：我先抽一天的時間睡覺，然後會帶著家人去旅行。

B：Chúc cậu có thời gian vui vẻ bên gia đình.

B：祝你和你的家人度過歡樂的時光。

A：Mình cảm ơn nhiều.

B：Có gì đâu mà cảm ơn.

A：非常感謝妳。

B：有什麼好謝的呢！

■ 填空題（請適當地填入「ngay」、或「sắp」）

(1) **Chờ chút, em về _____.**
（等一下，我立刻回去。）

(2) **Họ _____ bị thuyết phục rồi.**
（他們馬上被說服了。）

(3) **Giáng sinh _____ đến rồi.**
（耶誕節快到了。）

(4) **Hễ căng thẳng là sẽ bị đau đầu _____ .**
（一緊張就頭痛。）

■ 翻譯題

(1) 天馬上下雨了！

→ _____

(2) 一回到家我就立刻去洗澡。

→ _____

(3) 如果照這樣繼續下去的話，他會立刻甩了我。

→ _____

單字

thuyết phục 說服　　**giáng sinh** 聖誕（節）、耶誕（節）　**căng thẳng** 緊張　　**đau đầu** 頭痛　　**tiếp tục** 繼續
đá 甩（掉男、女朋友）；踢

Lúc tức giận mọi người hay nói điều không tốt.

當生氣的時候大家都常會説不好的話。

Khi học trung học, tôi không bao giờ ăn sáng.

當我上初中時，都沒有吃早餐。

文法重點

　　越南語的「**khi**」與「**lúc**」都是表示「時候」的名詞。兩者通常置於句首或一段較短的時間之前，可以與動詞、形容詞、動詞片語或形容詞片語結合。以兩者再比較之下，「**khi**」主要是表達一段較長，沒有停頓的時間段，在口語與書面語都常用；「**lúc**」則是表達一段較短且具體的時間，口語較常使用。

· Khi giảm cân không nên ăn nhiều đồ ngọt.
　減肥的時候不應該吃太多甜食。

· Con mèo bị bỏ rơi khi nó đang bị bệnh.
　貓在生病時被拋棄了。

· Lúc nhỏ tôi hay đái dầm.
　小時候我常常尿床。

· Hôm nay trời lúc nắng lúc mưa.
　今天的天氣一下子是晴天，一下子又下雨。

此外，「**lúc**」可以與「**một**」及「**nãy**」結合，表示「一下子」、「剛才」。

· Chờ một lúc.
  等一會兒。

· Lúc nãy có người đến.
  剛才有人來過。

　　「**lúc**」還可以當時間點的介詞，等同英文的「**at**」，通常置於句子後方。若時間點在句子前方時則不用加介詞。

· Bố mẹ tôi đều đi làm lúc 7 giờ.
  我爸媽都是七點鐘去上班。

· Chị ấy học tiếng Việt lúc 9 giờ tối.
  她是晚上九點在學越南語。

A：Bác sĩ ơi, thuốc này uống khi nào?　　A：醫生，這藥要什麼時候吃？

B：Uống hai viên sau khi ăn 30 phút.　　B：飯後三十分鐘後吃兩顆。

A：Lọ thuốc này uống trước khi ăn đúng không?　　A：這瓶藥水是餐前喝的對嗎？

B：Đúng rồi. Uống lúc đói.　　B：對。吃飯之前先喝。

A：Vâng. Khi nào uống hết thuốc tôi đến khám lại.　　A：好的。等藥吃完的時候，我會來回診。

B：Lúc đến chị nhớ mang phim X-quang nhé!　　B：下次來的時候記得 X 光的片子也要帶來哦！

註　在越南的醫院，X 光的片子是由病患自行帶走。故對話的最後一句醫生會如此叮囑。

■ 填空題（請適當地填入「khi」、或「lúc」）

(1) Mỗi _____ đến ngày lễ, tôi và các đồng nghiệp đều hẹn nhau đi du lịch.
（一到假日的時候，我和同事們都相約去旅遊。）

(2) Người ta nói những _____ buồn nên đi ăn, có thể ăn luôn cả nỗi buồn.
（人家都說在傷心的時候，應該去大吃大喝就可以把煩惱都給吃掉。）

(3) Anh ấy đi một _____ rồi.
（他剛走不久。）

(4) Tôi hay ngủ dậy _____ 4 giờ sáng.
（我通常凌晨四點起床。）

■ 重組題

(1) tắm / nghe / ông / lúc / thường / ấy / nhạc / .

→ _____

(2) bạn / gì / lúc / sẽ / làm / thất vọng / ?

→ _____

(3) cuối / lúc / vào / phun / cầu Rồng / tuần / lửa / tối / 9 giờ / .

→ _____

(4) yêu / khi / đại / đã / người / học / một / mình / học / .

→ _____

單字

đồng nghiệp 同事　　**nỗi buồn** 煩惱、憂愁　　**một lúc** 短時間內　　**thất vọng** 失望
cầu Rồng（峴港的觀光景點）龍橋　　**phun lửa** 噴火

349.MP3

49 與「了」相關的 rồi

Mưa rồi !
下雨了！

Hoa nở rồi !
花開了！

Sáng mai bảy giờ anh phải đi làm rồi.
明天早上七點我要去上班了。

文法重點

　　「rồi」接於動詞和形容詞之後，表示事情已經完成，相當於中文的「了」。通常句中前端常出現副詞「đã」相配合。

· Lâu rồi không gặp.
　好久不見了。（直譯：好久了沒見。）

· Bà ngoại đã đi trồng rau rồi.
　外婆已經去種菜了。

· Em đã tốt nghiệp đại học rồi.
　我已經大學畢業了。

越南語中，表達某件事於意料之中即將會發生的時候，可以在敘述的句尾加上「**rồi**」。

· Tháng sau bố mẹ phải đi công tác ở Đức rồi.
下個月爸媽要去德國出差了。

· Năm sau con vào đại học rồi, con muốn mua một chiếc xe máy mới.
（對父母說話）明年我要進大學了，我想買一輛新的機車。

「**rồi**」還有「然後」的意思。如果「**rồi**」置於兩個形容詞或動詞（或兩段敘述句）之間，那麼它就說明這兩個動作發生的順序，先發生「**rồi**」前面的，再發生「**rồi**」後面的，中間就沒有發生其他的情事。這時的「**rồi**」與「**sau đó**」的意思是一樣，但「**sau đó**」前面一般要寫逗號，「**rồi**」則不必。

· Ăn cơm rồi đi tắm.
吃飯後去洗澡。

· Đợi anh hai mươi phút, tan làm rồi anh đến đón em ngay.
等我二十分鐘，下班後我立刻來接你。

A：Cậu tan làm chưa?

A：你下班了嗎？

B：Mình tan làm rồi. Nhưng lát nữa mình có hẹn rồi.

B：我下班了。但一會兒我有約了。

A：Qua chỗ mình chút đi, mình nhờ chút việc.

A：來我這邊一下吧！我有事要麻煩你。

B：Không kịp rồi, hai mươi phút nữa mình phải đến đón người yêu. Bây giờ mình phải về nhà tắm rồi thay quần áo.

B：來不及了，二十分鐘後我要去接女朋友。現在我要回家洗澡然後換衣服。

A：Mặc bộ sáng nay đẹp lắm rồi,

A：穿今天早上穿那套就已經很好看了，

không cần thay đâu. Mồ hôi trên người cậu thơm như nước hoa, việc gì phải tắm.

不用換。你身上的汗和香水一樣香啊，幹嘛要洗呢！

B：Thôi được rồi. Chờ năm phút đi.

B：好吧，那等我 5 分鐘一下吧！

■ 是非題

_____ (1) Nếu mọi người hết ý kiến rồi thì chúng ta tan họp.

_____ (2) Phải ăn no mới được uống thuốc rồi.

_____ (3) Căn nhà này đắt quá rồi, tôi không mua nổi.

_____ (4) Có chuyện gì để về nhà rồi nói.

■ 重組題

(1) đã / với / tôi / cô ấy / rồi / giải thích / .

→ _____

(2) chúng tôi / rồi / hiểu / hết / đã / .

→ _____

(3) nghỉ / mới / thông báo / cho / rồi / giám đốc / không / là / được / .

→ _____

(4) này / quyển / rồi / đọc / khác / đọc / hết / quyển / .

→ _____

單字

ý kiến 意見   **tan họp** 散會

237

350.MP3

50 與「就；一直」相關的 cú

Cứ đi thẳng sau đó rẽ trái.
妳就一直直走，然後左轉。

Nó cứ làm to chuyện lên để mọi người hiểu nhầm tôi.
為了讓大家誤會我，她就把事情鬧大。

文法重點

　　「cứ」置於動詞前，表示後述動作不斷延續的副詞。可以指一件事從某個時間點一直延續下去，且結果可以是好或不好，情境上不論是已經發生或預測將來會發生的事都可以應用。但「cứ」後面通常不會接否定性的動詞。另外，「cứ」和英語的「keep」意思相同。

· Em cứ nói đi, anh sẽ lắng nghe.
你就說吧！我會聆聽。

· Cứ ăn nhiều thì sẽ rất béo đấy.
繼續吃多的話就會變胖呀！

A：Cô ơi! Cho cháu hỏi quán xôi bà Hân ở đâu ạ?

A：阿姨！請問一下欣婆糯米飯小吃店在哪裡？

B：Cháu cứ đi thẳng đường này, đến ngã tư rẽ phải là đến.

B：你就沿著這條路一直走，到十字路口後再右轉就到了。

A：Vâng, quán xôi nổi tiếng quá cô nhỉ!

A：好的。那是間很有名的糯米飯小吃店對吧？

B：Ừ, cháu cứ mua ba suất là được miễn phí hai cốc đậu nành đấy.

B：嗯。你買三份餐點後，就能拿兩杯免費的豆漿。

A：Thật không ạ?

A：真的嗎？

B：Thật, đến cứ hỏi như vậy mới có.

B：真的，但你到了後要記得這樣問她才會有。

A：Sao cứ hỏi mới có ạ?

A：為什麼要問才有呢？

B：Vì bà Hân già rồi, hơi bị đãng trí.

B：因為欣婆婆老了，有點老人癡呆症了。

註 會話中的越南語雖然「cô」是指「姑姑」，但是因為中文裡不會稱「一般路人」為「姑姑」，故譯為「阿姨」。

■ 選擇題

(1) Em _____ ở nhà, anh _____ đến đón.

① hãy / sẽ　② cứ / sẽ　③ cứ / là　④ hãy / là

(2) Có chuyện gì _____ hỏi thầy giáo chủ nhiệm là thầy sẽ trả lời.

① cứ　② vẫn　③ sẽ　④ nếu

(3) Chị đau đầu thì _____ uống thuốc _____ nằm nghỉ đi, đừng đi làm nữa.

① hãy / là   ② nếu / rồi   ③ cứ / là   ④ cứ / rồi

(4) Tại sao em _____ đi theo anh thế?

① không   ② vẫn   ③ cứ   ④ không cứ

(5) _____ kiên trì đến cùng _____ sẽ thành công.

① Cứ / nếu   ② Phải / thì   ③ Cứ / cứ   ④ Cứ / thì

■ 重組題

(1) mua / gì / thích / cứ / đi / .

→ _____

(2) khách hàng / gặp / cứ / đòi / giám đốc / .

→ _____

(3) hai trăm / rẽ / rồi / mét / cứ / trái / thẳng / đi / .

→ _____

(4) làm / em / thích / một / được / cứ / công việc / mà / mình / cảm thấy / được / là / .

→ _____

(5) chờ / anh / em / đây / ngồi / cứ / .

→ _____

單字

đón 接、迎接   **thầy giáo chủ nhiệm**（男性）班導師   **đi theo** 跟著、跟隨   **đòi** 討；要求

351.MP3

51 與「常常、經常」相關的 thường / hay / thường xuyên

Mùa hè đến chúng tôi thường trèo lên nóc nhà nằm ngắm sao.

夏天來時我們常常爬上屋頂躺著看星星。

Hồi nhỏ tôi hay đi thả diều vào buổi trưa.

我小時候經常在中午去放風箏。

Nhà tôi thường xuyên ăn cơm với rau muống luộc.

我們家經常吃米飯配燙空心菜。

文法重點

　　「thường」、「hay」及「thường xuyên」在越南語中用於表達動作的頻率，相當於中文的「常常」及「經常」。其中「thường」表示的頻率較低，也不會接續語氣助詞；而「thường xuyên」則為頻率較高的表達。這些頻率助詞的位置通常置於動詞之前，唯獨因「thường xuyên」是雙音節詞，故位置可以自由置於動詞前方或後方。

· Việc này xảy ra thường xuyên.
　這件事經常發生。

· Dạo này em thường xuyên mất ngủ.
最近我經常失眠。

· Phần mềm phiên dịch hay dịch sai lắm.
翻譯軟體常常翻錯。

· Tại sao anh hay đánh rắm thế?
你為什麼經常放屁呢？

　　「**hay**」在日常口語中更常使用，通常與「**lắm**」搭配使用。「**hay**」常常搭配程度副詞或語氣助詞使用除了表達行動的頻率較高外，還可以表達出是一種「習慣」。

· Nó hay mặc quần đùi đi làm lắm.
他經常穿短褲去上班。

　　想要表達否定的「不常」時，可以在「**hay**」及「**thường xuyên**」前面加「**không**」即可。但「**thường**」沒有否定形，所以不能用「**không thường**」表達。

· Tôi không hay ăn sáng.
我不常吃早餐。

· Người không thường xuyên đánh răng rất dễ bị sâu răng.
不經常刷牙的人很容易蛀牙。

A：Cuối tuần bạn thường làm gì?

A：週末你常會做什麼？

B：Mình thường lên phố đi bộ uống trà chanh. Còn bạn thì sao?

B：我常去步行街喝檸檬茶。妳呢？

A：Ngày trước mình thường ở nhà buôn điện thoại nhưng giờ mình hay ra quán cà phê học ngoại ngữ.

A：以前我常在家講電話講個不停，但是現在常去咖啡廳學外語。

B：Để mình giới thiệu cho bạn mấy quán cà phê hay có người nước ngoài đến nhé.

A：Quán nào mà thường xuyên mở cửa tới muộn thì giới thiệu cho mình.

B：Trên phố đi bộ có nhiều lắm, mở tới 12 giờ đêm cơ.

A：Mình không hay lên phố đi bộ nên không biết.

B：Tí nữa mình cho địa chỉ.

B：我給妳推薦幾家經常有外國人來往的店吧！

A：那請你推薦經常開到很晚的店給我吧！

B：那在人行徒步區多的是，開到深夜十二點呢！

A：我不常去人行徒步區所以不知道徒步區在哪裡。

B：那等一下我給妳地址。

■ 選擇題（部分題目可複選）

(1) Người Việt _____ đỗ xe ở vỉa hè lắm.

　① thường　② hay　③ thường xuyên　④ không thường

(2) Do uống nhiều cà phê và uống nước _____ nên buổi tối anh ấy _____ mất ngủ.

　① thường xuyên, thường　② hay, hay　③ thường xuyên, không hay
　④ không thường xuyên, hay

(3) Em ấy ngủ rất ngoan, _____ nói mơ khi ngủ lắm.

　① hay　② không hay　③ thường xuyên　④ thường

(4) Câu cửa miệng mà bạn _____ nói là gì?

　① thường　② không hay　③ hay　④ thường xuyên

(5)　Uống nước lọc _____ tốt cho da.

　　　① thường xuyên　② hay　③ thường　④ không hay

■ 重組題

(1)　thói / thường xuyên / có / vận động / tôi / quen / không / .

　　　→ _____

(2)　hay / đèn / lắm / em / đỏ / ấy / vượt / .

　　　→ _____

(3)　cãi / họ / nhau / thường xuyên / .

　　　→ _____

(4)　con / bôi / thường / kem / gái / trước / dưỡng da / ngủ / khi / đi / .

　　　→ _____

(5)　người / tôi / hỏi / lắm / không / khác / hay / tuổi / .

　　　→ _____

單字

vỉa hè 人行道　**nói mơ** 説夢話　**câu cửa miệng** 口頭禪　**nước lọc**（經過過濾處理的）飲用水
vận động 運動　**vượt đèn đỏ** 闖紅燈　**bôi** 塗、擦上　**kem dưỡng da** 乳液

352.MP3

52 與「總是」相關的 luôn

Cô ấy luôn cười khi gặp chuyện buồn.
當她遇到傷心的事時總是笑著面對。

Bố mẹ luôn thức khuya làm việc.
父母總是熬夜工作。

文法重點

　　「luôn」在越南語中有較多意義和用法，為了跟其他用法明確區分的話，則要特別注意「luôn」在句中所在的位置。當表達「總是」的意思，「luôn」置於主詞後方及動詞或形容詞的前方。這裡的「總是」指的是在一定的時間段裡會重複發生的事情或狀態（有始有終的情事），而不是沒有停頓，一直存在的情事。例如：「Cô ấy luôn cười khi gặp chuyện buồn」表達的是「每次遇到傷心的事她才笑（結束了後，下一次碰到後會再笑），而不是她一直都處在笑著的狀態」。

　　「luôn」接續心理動詞時，還能表達「一直」的意思。

· Anh luôn yêu em.
　我一直愛著你。

· Tôi luôn sợ mình không làm được.
　我一直害怕自己會做不到。

　　「luôn」的第三個意義是「直接」，這時「luôn」置於動詞或動賓結構（動詞＋受詞）之後。指不受其他的動作、情況之影響，只立刻進行動詞前述的情事。

- Tắm xong là tôi đi ngủ luôn.
  洗完澡後我就直接去睡覺。

- Nhận được tin nhắn em sẽ trả lời luôn.
  收到資訊我會直接回復。

- Mua quần áo mới về là nó mặc luôn.
  新衣服買回來後他就直接穿上。

A：Dạo này giám đốc của chúng ta hình như có vẻ bận.

A：最近我們經理好像有點忙的樣子。

B：Vì giám đốc luôn đi tập gym sau khi tan làm.

B：因為經理下班後，總是會去健身。

A：Sao ông biết?

A：你怎麼知道？

B：Tôi luôn đi sau giám đốc mà. Nhà tôi gần đây.

B：我總是跟在經理後面嘛，我家離這很近。

A：Hai người đi tập gym cùng nhau à?

A：你們倆一起去健身嗎？

B：Biết rồi lại còn hỏi.

B：明知故問。

A：Vậy mà không rủ tôi. Tôi luôn coi ông là bạn.

A：竟然沒有約我，虧我總是把你當朋友。

B：Bớt nói linh tinh lại đi.

B：少在那講些五四三的！

■ 是非題

_____ (1) Chúng tôi cho rằng luôn bạn phù hợp với công việc này.

_____ (2) Ăn trưa xong em sẽ luôn đi học.

_____ (3) Gia đình tôi luôn tin tưởng tôi.

_____ (4) Đôi giày này luôn chật khi tôi đi tất.

_____ (5) Họ luôn mang ô khi cảm thấy trời sẽ mưa.

■ 選擇題（請選出「luôn」的正確位置）

(1)　Chờ một chút, ăn cơm xong chị sẽ (A) đi (B).

　　① (A)　② (B)

(2)　Tại sao anh (A) nói (B) như vậy?

　　① (A)　② (B)

(3)　Phải làm gì khi (A) nghĩ (B) đến một người?

　　① (A)　② (B)

(4)　Các bạn ấy (A) nghịch (B) điện thoại trong giờ học.

　　① (A)　② (B)

(5)　Anh mong em (A) có (B) được hạnh phúc.

　　① (A)　② (B)

單字

cho rằng 認為　**phù hợp** 符合、適合　**tin tưởng** 相信　**chật** 緊　**nghịch điện thoại** 滑手機

53 與「一直、仍、還」相關的 vẫn

353.MP3

Cô ấy vẫn chưa có bạn trai.

她一直都還沒有男朋友。

註 插圖中的文字為「想要有男朋友。」

Trời vẫn mưa.

天仍然在下雨。

「vẫn」是一個副詞，表示一件事或一個現狀從過去直到現在沒有都改變過，相當於中文的「一直」、「仍（然）」、「還（是）、還」的意思。注意「vẫn」之後只能動詞及形容詞。

A：Vẫn còn buồn chuyện hôm qua à?

A：還為昨天的事感到難過嗎？

B：Ừ, khó lắm mới mua được món quà này mà cô ấy không nhận.

B：是呀，好不容易才買到，她竟然不肯收。

A：Đừng buồn nữa, vẫn còn nhiều cơ hội mà.

A：別難過了，還有很多機會嘛！

B：Chắc là cô ấy vẫn chưa quên bạn trai cũ.

B：想必是她還沒忘了前男友。

A：Trên đời này thiếu gì con gái, không yêu người này thì yêu người khác.

A：天涯何處無芳草，何必單戀一枝花！
（直譯：這世上哪怕沒有女生，頂多不愛這個就改愛別的而已。）

B：Nói ra thì dễ, nhưng mình không làm được.

B：說得倒簡單，但是我做不到。

■ 是非題

_____ (1) **Muộn rồi tại sao con vẫn chưa ngủ?**

_____ (2) **Anh vẫn chưa ăn tối.**

_____ (3) **Em vẫn công ty cũ làm trợ lý.**

_____ (4) **Con vẫn còn tiền tiêu vặt chứ?**

■ 重組題

(1) **yêu / rất / vẫn / anh / em / .**

→ _____

(2) **tốt nghiệp / chưa / năm nay / em / vẫn / .**

→ _____

(3) **nó / ngủ / vẫn / đang / còn / nướng / .**

→ _____

單字

trợ lý 助理　**tiền tiêu vặt** 零用錢　**ngủ nướng** 睡懶覺

354.MP3

54 與「因為、由於」相關的 vì / bởi vì

Anh ấy đã từng đến Nhật Bản vì công việc.

他曾經為了工作到日本去。

Vì chiến tranh nên có rất nhiều người dân trốn vào trại tị nạn.

因為戰爭的關係，有許多難民都逃進了難民營。

Em ấy khóc vì sợ.

因為害怕，她哭了。

Bởi vì trời mưa nên anh không đi nữa.

因為下雨的緣故，所以我就不去了！

文法重點

　　我們在第二章的時候提過了因果句，現在起我們再陸續來做部分的加強學習。越南語在表述原因時，通常會用「vì」及「bởi vì」表達，相當於中文的「因為」。「bởi vì」偏書面語的用法。特別要注意的是，當中文表達原因時，通常會把表達原

因的「因為」置於句子前方；而越南語表示原因時，亦可將「vì」及「bởi vì」擺置在句子的前方，或是先敘述結果，後再套用「bởi vì」及「vì」於加以說明原因。

當「vì」跟「bởi vì」置於句首時，也常常跟「nên（所以）」配合使用。

· Vì em đi giày cao gót nên không đi nhanh được.
  因為我穿著高跟鞋，所以走不快。

· Vì tôi không thích chó nên tôi không nuôi.
  因為我不喜歡狗，所以我沒有養狗。

A：Chiều nay chúng mình đi chợ mua thức ăn nhé!

A：今天下午我們去市場買菜吧！

B：Chợ đông người lắm. Vì em đi giày cao gót nên không đi nhanh được.

B：市場人太多了。因為我穿著高跟鞋，所以走不快。

A：Anh muốn đi chợ vì ở chợ bán đồ tươi và rẻ hơn.

A：我想去市場，因為市場的東西更新鮮又便宜。

B：Vậy à? Cần mua nhiều đồ không?

B：是哦？你要買很多嗎？

A：Vì tối nay sẽ nấu ba món nên có lẽ phải mua nhiều thứ. Nào là đậu phụ, bún, thịt ba chỉ, cà chua, rau sống,…

A：因為今晚會做三道菜，所以也許要買很多東西：有要買豆腐、米線、五花肉、番茄、生菜…

B：Không mua nước mắm à?

B：沒有要買魚露嗎？

A：Nước mắm ở nhà vẫn còn một ít nên không cần mua.

A：家裡還有一點魚露，所以不用買。

B：Bởi vì em ăn quen đồ ăn Việt rồi nên rất thích nước mắm ớt.　　B：因為我吃慣越南菜了，所以很喜歡辣椒魚露醬。

■ 是非題

_____ (1) Năm nay tôi không đi Nhật nên có dịch.

_____ (2) Bởi vì thèm món cay nên khi nấu ăn tôi đã cho rất nhiều ớt vào.

_____ (3) Mấy hôm nay họ cày phim cả đêm tại vì khi họp cứ ngủ gật.

_____ (4) Anh ấy đang đi mua hoa bởi mai là lễ tình nhân.

■ 選擇題

(1)　Đừng hút thuốc lá _____ thuốc lá có hại cho sức khoẻ.

　　① tại　② vì　③ nên　④ bởi

(2)　Nhiều người hỏi tôi tại sao không kiếm bạn gái mới, tôi chỉ mỉm cười _____ không muốn trả lời.

　　① và　② vì　③ tại　④ bởi

(3)　Cơ thể đang tăng trưởng _____ phải ăn nhiều.

　　① vì　② tại vì　③ nên　④ bởi

(4)　_____ cô mà tôi không thể làm những việc mình muốn.

　　① bởi tại　② tại vì　③ nên　④ bởi vì

單字

áo chống nắng 防曬衣　**dịch** 疫情　**thèm** 嘴饞、垂涎；想（吃、要）**ớt** 辣椒　**cày phim** 追劇　**họp** 開會
ngủ gật 打瞌睡　**lễ tình nhân** 情人節　**có hại** 有害　**mỉm cười** 微笑　**cơ thể** 身體　**tăng trưởng** 成長
một thời gian 一段時間

55 與「因此」相關的 vì vậy

Tuần sau có bài thi, vì vậy lớp tôi ai cũng lo lắng.

下星期有考試，因此在我們班上大家都很擔心。

Cô ấy vừa xinh vừa có cá tính, vì vậy tôi đã chủ động làm quen với cô ấy.

她又漂亮又很有個性，因此我就主動跑去和她認識。

文法重點

　「vì vậy」在越南語中是一個連接詞，表示結果的連接詞，相當於中文的「因此」。不過「vì vậy」僅常用於書面語或正式場合，日常口語不太常用到。跟「vì vậy」同義，且在日常生活的口語中應用的的連接詞還有很多，例如：「chính vì vậy」、「vì thế」、「chính vì thế」、「vì vậy mà」、「vì thế mà」。

Anh ấy được nghỉ liên tục, vì vậy anh ấy đi Hội An chơi rồi.
他可以休連假，所以他去會安玩了。

A：Trong tiếng Việt có rất nhiều từ Hán Việt, vì vậy việc học từ vựng cũng dễ hơn.

A：在越南語中有很多漢越詞，因此學單字也更容易。

B：Ví dụ như?

B：比如說呢？

A：Ví dụ như: đậu phụ, lịch sử, thái độ, đông chí, biến thái,…

A：比如說：豆腐、歷史、態度、冬至、變態…

B：Chính vì thế mà cậu muốn học tiếng Việt à?

B：正因如此，所以妳才想學越南語的嗎？

A：Đúng đấy. Tớ thấy tiếng Việt rất thú vị và rất giống tiếng Trung.

A：是的。我覺得越南語很像中文且學起來很有趣。

B：Vậy thì cố gắng học nhé.

B：那麼妳就努力學吧！

■ 是非題

_____ (1) **Vì vậy họ đã ly hôn.**

_____ (2) **Buổi sáng ở Đà Lạt lạnh và có nhiều sương mù. Vì thế khi đi du lịch nên mang áo khoác.**

_____ (3) **Vì sầu riêng có mùi thối vì thế tôi không thích ăn.**

_____ (4) **Anh ấy ăn quá no, vì vậy anh ấy đã đi nấu cơm.**

_____ (5) **Em tôi chuẩn bị vào lớp một, vì thế tôi sẽ tặng nó một bộ quần áo mới.**

■ 請使用「vì vậy」或「vì thế」適當地重寫句子

(1) Anh trai tôi biết chơi đàn và biết hát. Có rất nhiều cô gái theo đuổi anh ấy.

→ _____

(2) Bố mẹ đi du lịch nước ngoài. Tôi ở nhà một mình.

→ _____

(3) Dạo này tôi cảm thấy không khoẻ lắm. Tôi đã đi tập gym.

→ _____

(4) Sài Gòn chỉ có hai mùa đó là mùa mưa và mùa khô. Sài Gòn nóng quanh năm.

→ _____

(5) Đồ ăn ở chợ rẻ và nhiều. Người Việt đi chợ mua đồ ăn nhiều hơn đi siêu thị.

→ _____

單字

sương mù 霧　**sầu riêng** 榴槤　**mùi thối** 臭味　**theo đuổi** 追求　**tập gym** 健身　**quanh năm** 整年

56

與「所以」相關的 cho nên / nên

356.MP3

Mùa hè năm nay nóng quá cho nên cả nhà tôi đã đi biển một tuần.

今年夏天太熱了，所以我全家去了海邊一個禮拜。

Tối qua ngủ muộn nên chúng tôi xuất phát trễ.

昨晚睡得晚，所以我們晚出發了。

Vì dịch bùng phát cho nên chưa thể đi nước ngoài du lịch.

因為疫情爆發，所以還沒能去海外旅遊。

Tại không có bố mẹ chăm sóc nên đứa bé ấy rất đáng thương.

因為沒有父母照顧，所以那個孩子很可憐。

越南語在表述結果時，通常會用「**nên**」及「**cho nên**」表達，相當於中文的「所以」。在特別強調原因時，在句子前方通常會用表示原因的「**vì**」及「**tại vì**」。要注意的是「**nên**」及「**cho nên**」在表示結果時，不會置於句子前方而必須置於句子的後方，但根據前文的狀況，有時也可以把句子前方省略。

A：Mùa đông năm nay con có dự định gì?

A：今年的冬天你有什麼打算？

B：Theo dự báo thời tiết nói thì mùa đông năm nay lạnh lắm cho nên con muốn đi Sa Pa.

B：根據天氣預報說，今年的冬天會很冷，所以我想去沙壩。

A：Thỉnh thoảng ở đó có tuyết nhỉ?

A：那裡偶爾會下雪吧？

B：Vâng…nên con mới muốn đi. Với lại, vì dịch bùng phát nên chưa thể đi nước ngoài du lịch.

B：對，所以我才想去。再說了，因為疫情爆發，所以都還出不了國去旅遊。（因此選可以看雪的沙壩去旅遊）

A：Hai mẹ con mình đi cùng nhau nhé! Mẹ chưa đi Sa Pa lần nào.

A：咱倆母子一起去吧！媽媽從來都沒去過沙壩。

B：Đồng ý, mẹ yêu của con!

B：媽媽，好呀！（原意：親愛的媽媽，好呀！）

■ 是非題

_____ (1) Vì là ngày Tết nên mọi người mặc áo dài chụp ảnh.

_____ (2) Nên mai là ngày phỏng vấn vì tôi sẽ chuẩn bị kỹ.

_____ (3) Tại không có đủ tiền cho nên bố tôi chưa thể mua chung cư.

_____ (4) Nhà bà ấy quá nghèo hàng ngày phải cho nên trồng rau kiếm sống.

_____ (5) Vì sếp em hôm nay có cuộc họp nên không thể tới được.

■ 選擇題（選出「nên」的正確位置）

(1)   - Qua mày ngủ muộn à?
       - Ừ, (A) tao mới không đến kịp (B).

       ① (A)   ② (B)

(2)   (A) được người mình thích tỏ tình (B) cô ấy rất hạnh phúc.

       ① (A)   ② (B)

(3)   Sở thích của tôi là leo núi (A) tôi (B) cố gắng đi leo núi mỗi tuần.

       ① (A)   ② (B)

(4)   (A) ngày nào cũng bận (B) bố mẹ không có thời gian chăm sóc con cái.

       ① (A)   ② (B)

(5)   Mấy hôm nay có bão (A) hàng vẫn (B) chưa về.

       ① (A)   ② (B)

單字

phỏng vấn 面試　**kỹ** 好好地、緊實地　**chung cư** 公寓　**trồng rau** 種菜　**kiếm sống** 謀生
cuộc họp（名詞）會議　**tỏ tình** 表白　**con cái** 子女、孩子

57 與「如果、假如」相關的 nếu / giá

357.MP3

Anh nói ra đi.

Nếu nói ra thì sẽ nhẹ lòng hơn.

如果說出來，心裡會更踏實。

註 插圖中的文字為「你說出來吧！」

Giá ngủ sớm thì da đã đẹp.

要是早睡覺的話，皮膚就變好了。

文法重點

　　越南語中「**nếu**」及「**giá**」都用於假設的表達，等同中文的「如果」、「假如」。兩者通常還可以說成「**giá như**」、「**nếu như**」、「**nếu mà**」及「**giá mà**」，雖然意思相同但是用法稍有差異。

　　「**nếu**」的使用範圍更廣，可以用於表示任何在過去、現在或是將來發生的假設。通常「**nếu**」跟「**thì**」會一起搭配使用，等同於「如果…，就…」結構，表示假設命題若發生時，後面的事情也會跟著發生。

· Nếu mưa tạnh hãy lên ngọn núi đằng kia để ngắm cầu vồng.
　如果雨停了，就爬到那座山看彩虹。

· Nếu mà đau đầu thì uống thuốc giảm đau này.
　如果頭痛就吃下這個止痛藥。

· Nếu như hết dịch thì tôi sẽ đi du lịch.
　如果疫情結束了，我就會去旅遊。

　　「**giá**」的使用範圍有限，用於令人惋惜或渴望的表達。句中也可以跟「**thì**」一

起使用。

- Giá ăn tiêu tiết kiệm thì bây giờ đã không phải chịu khổ.
  假如省吃儉用，現在就不用受苦。

- Giá mà biết trước được mọi việc thì mình đã không làm như vậy.
  假設事先知道，我就不這樣做。。

- Giá như anh ấy có nhà có xe thì đã có thể lấy vợ.
  要是他有房有車，就可以娶老婆了。

A：Nếu đột nhiên có một khoản tiền lớn bạn muốn làm gì?

A：假如突然有得到一大筆錢，你想做什麼？

B：Khó nghĩ quá. Mình cũng không biết.

B：這問題好難喔！我也不知道。

A：Thật đấy. Bình thường thì nghĩ: "Giá như có nhiều tiền thì tốt", nhưng đột nhiên có thật nhiều tiền thì lại hoang mang.

A：真的耶。平常總是會想：「如果有很多錢的話，那該有多好」，但是突然擁有很多錢的話，又會感到很茫然。

B：Mình nghĩ ra rồi. Nếu có số tiền đó mình sẽ xây một cái biệt thự ở ngoại thành.

B：我想到了。如果有那筆錢的話，我會在市郊區蓋一樓別墅。

A：Mình thì chắc là sẽ ra nước ngoài sinh sống và định cư ở đó.

A：是我的話，可能就到國外生活然後定居在那裡了。

B：Haha. Nghĩ thôi cũng thấy sướng.

B：哈哈。只是想想也覺得爽。

■ 連連看

(1) Nếu muốn mọi người lắng nghe mình

(2) Giá mà ngủ dậy sớm

(3) Nếu họ gây rối

(4) Giá như mùa đông ở đây cũng có lò sưởi tự động

(5) Nếu có nhiều thời gian

A. thì đã không bị lỡ tàu điện.

B. thì tốt biết mấy.

C. hãy báo công an.

D. thì hãy lắng nghe người khác nói.

E. thì tôi sẽ làm hai công việc.

■ 選擇題

(1) _____ anh thăng chức, đừng quên bọn em nha.

　　① nếu　　② giá mà

(2) _____ bổ sung đủ vitamin _____ cơ thể sẽ khoẻ mạnh.

　　① giá, thì　　② nếu như, thì

(3) _____ ban công rộng hơn một chút _____ căn nhà đó rất hoàn hảo.

　　① giá như, thì　　② nếu mà, thì

(4) _____ thời gian quay trở lại _____ tốt biết mấy.

　　① nếu, thì　　② giá như, thì

單字

giá mà 假使　**lắng nghe** 聆聽　**bị lỡ** 錯過　**gây rối** 擾亂、鬧事　**giá như** 假如　**lò sưởi tự động** 自動暖爐
thăng chức 升職　**ban công** 陽臺　**hoàn hảo** 完美　**tốn tiền** 花費、浪費錢　**quay trở lại** 倒流、倒回

358.MP3

58 與「否則、不然」相關的 nếu không / kẻo

Mang ô đi kẻo tí về trời mưa.

帶傘去吧！不然等一下回來時會下雨。

Ăn đi kẻo đói.

吃吧！不然會餓。

Phải tắt đèn, nếu không em không ngủ được.

燈關起來，否則我會睡不著。

Ngày nào cũng nên tưới nước, nếu không cây sẽ chết.

每天都要澆水，否則樹會枯死。

文法重點

　　「nếu không」及「kẻo」通常置於條件句中的結果之前，表示若不做句子前所提到的動作，就會產生這樣的後果（句型：需做的事情＋「nếu không」或「kẻo」＋後果文），等同於中文的「否則」及「不然」。前句一般是命令句或勸誡句，後

句可以是一個詞或是一個主謂結構（陳述句）。「kẻo」之後通常可以接單一詞彙，在口語中常常使用；「nếu không」之後則通常是一個主謂結構（陳述句），常常用於書面語之中。此外，北部的口語中還會用「bằng không」，用法與「nếu không」一致。

A：Dậy đi làm thôi kẻo muộn.

A：起床上班了，不然會遲到的。

B：Vẫn sớm mà, cho anh ngủ thêm lúc nữa.

B：還早得很呢！讓我再睡一會兒。

A：7 rưỡi rồi đấy, anh dậy đi nếu không không kịp ăn sáng.

A：都七點半了的，你快起床吧！否則來不及吃早餐。

B：Nay anh không muốn ăn sáng. Ngày nào em cũng mua phở.

B：妳天天都買河粉，今天我都不想吃早餐了。

A：Nay em mua bún lòng mà anh thích ăn nhất đấy.

A：今天我買的是你最喜歡吃的豬腸米線喲。

B：Thật à? Thế thì anh dậy luôn đây.

B：真的嗎？那我現在就起來。

A：Vâng, nhanh lên kẻo nguội mất.

A：好的。快點，不然就要涼了。

B：Anh biết rồi.

B：我知道了。

■ 是非題

＿＿＿＿＿ (1) Chúng tôi không muốn tăng ca kẻo muộn.

_____ (2) **Giấu điện thoại đi kẻo mẹ biết.**

_____ (3) **Lái xe từ từ kẻo an toàn.**

_____ (4) **Anh uống đi, nếu không em cũng không uống.**

_____ (5) **Khoá cửa cẩn thận kẻo mất đồ.**

■ **填空題（請依下列的提示作答）**

anh sẽ bị ngồi tù / ướt hết bây giờ / sẽ mọc mụn / khát / công an giao thông bắt đấy

(1) **Uống nước đi kẻo** _____.
     （喝水吧！要不然會渴。）

(2) **Cất quần áo nhanh lên nếu không** _____.
     （現在快點收衣服，否則會全部淋溼了。）

(3) **Khai thật đi nếu không** _____.
     （從實招來，否則你就得要坐牢。）

(4) **Đội mũ bảo hiểm vào kẻo** _____.
     （把安全帽戴上，不然就被交通警察攔下。）

(5) **Đừng ăn cay kẻo** _____.
     （別吃辣的，否則會長痘痘。）

單字

giấu 藏；瞞　**từ từ** 慢慢　**khoá cửa** 鎖門　**mất đồ** 丟東西　**khát** 渴　**cất quần áo** 收衣服
khai thật 從實招來　**mũ bảo hiểm** 安全帽　**công an giao thông** 交通警察

59 與「萬一；很可能會…；小心」相關的 ngộ nhỡ / nhỡ may

Khoá xe vào, ngộ nhỡ bị mất trộm thì sao.
把車鎖上，小心會被偷走呢！

Nhỡ may tai nạn thì phải làm thế nào.
萬一出車禍的話，該怎麼辦呢？

Mang theo cái ô ngộ nhỡ trời mưa.
很可能會下雨，記得帶傘。

Đừng ăn hải sản, nhỡ may dị ứng.
別吃海鮮，小心會過敏。

文法重點

　　越南語的「**ngộ nhỡ**」及「**nhỡ may**」用來表示後述的某動作或狀態是在可掌控之下卻發生了預料之外的假設。請注意應用時此文法強調的是微乎其微的可能性，其修飾的結果不見得一定是負面的狀況。在應用要特別注意，依例句狀況的不同，分別可能會對應成中文的「萬一」、「很可能會…」、「小心…」，通常置於單句中的句首或複句前（「，」的後方）。其中「**nhỡ may**」是偏口語的詞彙。

A：Đang làm gì thế?

A：你在幹嘛？

B：Mình đang tìm việc.

B：我正在找工作。

A：Hôm qua bạn vừa đi phỏng vấn rồi cơ mà. Sao hôm nay lại tìm việc khác rồi?

A：你昨天剛去面試不是嗎？怎麼今天又找別的工作了！

B：Qua phỏng vấn không được tốt lắm, nhỡ may không trúng tuyển thì còn có chỗ khác để đi.

B：昨天面試的不是很好，萬一沒被錄取的話，還有其他的後補。

A：Họ không thông báo kết quả luôn à?

A：他們不會直接通知結果嗎？

B：Một tuần nữa mới có thông báo. Ngộ nhỡ không trúng thì mất công chờ.

B：一週後才會有通知。萬一沒被錄取的話就白等了。

A：Ngoài việc này ra, bạn nên tập luyện phỏng vấn nhiều hơn. Như vậy sẽ không có chuyện ngộ nhỡ.

A：除了找工作這件事以外，你應該多練習面試。這樣就不會有「萬一」的事了。

B：Bạn nói cũng đúng. Vậy giúp mình luyện tập đi.

B：你說的也對。那你幫我練習吧！

■ 是非題

_____ (1) **Nhỡ may ăn không hết thì mang về.**

266

_____ (2) Ăn tối đi ngộ nhỡ đói thì sao.

_____ (3) Đặt báo thức đi ngộ nhỡ ngủ quên thì sao.

_____ (4) Nhỡ may đây chỉ là hiểu nhầm thôi.

_____ (5) Thuốc này cứ uống mãi nhỡ may không có tác dụng thì tốn tiền lắm.

■ 填空題（請依下列的提示作答）

sau này không có cơ hội thì sao / tắc đường thì sao / họ nhìn thấy / đau dạ dày thì sao / cô ấy không đến thì sao

(1) **Đừng chờ nữa, ngộ nhỡ** _____.
（別等了，很有可能她不會來了呢！）

(2) **Thử hỏi người dân xem, nhỡ may** _____.
（跟居民們問看看，很有可能他們會有看到。）

(3) **Ngồi tàu điện đi, nhỡ may** _____.
（萬一堵車怎麼辦？坐電車吧！）

(4) **Đừng ăn đồ cay, ngộ nhỡ** _____.
（別吃辣的東西，萬一胃痛了怎麼辦？）

(5) **Nếu bây giờ không nói thì nhỡ may** _____.
（現在不說的話，萬一以後沒有機會再說了怎麼辦？）

單字

đặt báo thức 設定鬧鐘　**ngủ quên** 睡過頭　**hiểu nhầm** 誤會　**mãi** 一直　**tác dụng** 作用、效用

tốn tiền 浪費錢、虧錢　**đau dạ dày** 胃痛　**cơ hội** 機會

360.MP3

60 與「只…而已」相關的 chỉ ~ thôi

Anh **chỉ** yêu mình em **thôi**.
我只愛妳一個人而已。

Ngày nào anh ấy cũng **chỉ** biết làm việc **thôi**.
他每天都只知道工作而已。

Từ nhà tôi tới công ty **chỉ** năm phút **thôi**.
從我家到公司只要五分鐘。

文法重點

　　「**chỉ ~ thôi**」是越南語的一對表述限制的副詞，相當於中文的「只…而已」。在這個句型中，「**chỉ**」擔任主要的限制語義功能，也有「僅」的意思；而「**thôi**」則是在非需要強調時可以省略。「**chỉ**」的後面能接動詞、形容詞、時間、距離或價格的詞彙。

Em ấy **chỉ** học tập qua mạng **thôi**.
她只有在線上學習而已。

A：Anh thích nghe nhạc gì?

B：Anh chỉ thích nghe nhạc Trung thôi.

A：Anh hay nghe nhạc của ai?

B：Anh chỉ nghe nhạc phim cổ trang.

A：Em thì chỉ thích nhạc rock.

B：Vậy à!

A：你喜歡聽什麼音樂？

B：我只喜歡聽中文歌而已。

A：你常聽誰的？

B：我只聽古裝片的音樂。

A：那我的話，就只喜歡搖滾音樂。

B：是哦！

■ 是非題

_____ (1) **Em yêu chỉ bố mẹ, ông bà và người thân.**

_____ (2) **Bà tôi chỉ ngủ bốn tiếng mỗi ngày.**

_____ (3) **Tôi mua cái xe máy này chỉ hai triệu thôi.**

_____ (4) **Anh ấy chỉ đẹp trai thôi chứ không thú vị.**

_____ (5) **Chú tôi chỉ một người con.**

■ 重組題（重組後句首改大寫）

(1) **bạn / nuôi / mèo / tôi / chỉ / thôi / .**

→ _____

(2) của / có / mười hai / một / lương / tôi / chỉ / triệu / tháng / .

→ _____

(3) yêu / chỉ / người / anh / cả / này / đời / một / ấy / một / duy nhất / .

→ _____

(4) tan làm / mệt / buồn ngủ / tôi / chỉ / không / chứ / sau khi / .

→ _____

(5) cái / hai / đồng / bánh mì / một / mươi / kẹp / chỉ / nghìn / thịt / thôi / .

→ _____

單字

người thân 親人　　**đẹp trai** 帥　　**duy nhất** 唯一　　**tan làm** 下班　　**buồn ngủ** 睏

bánh mì kẹp thịt（有夾肉的）越南法國麵包

與「雖然」相關的 tuy

361.MP3

Tuy nhà họ nghèo nhưng sáng nào họ cũng đi ăn tôm hùm.

雖然他們家很窮，但每天早上都去吃龍蝦。

Tuy chúng tôi là anh em ruột nhưng tính cách rất khác nhau.

雖然我們是親兄弟，但性格很不一樣。

Nó tuy học dốt nhưng vẫn vào được đại học.

那傢伙雖然很不會念書，但還是能進大學。

文法重點

　　越南語在表述一個句子中有相反和對立的內容時，通常會用「tuy」，相當於中文的「雖然」。當要表述一組相反和對立的完整句子時，需要跟「nhưng」搭配使用，很少只單獨使用「tuy」。「tuy」與中文的「雖然」相同，既可以置於句首也可以置於主詞之後。

A：Chị tốt nghiệp trường nào?

B：Tôi chỉ tốt nghiệp ở một trường đại học không có danh tiếng.

A：Tại sao chị lại muốn ứng tuyển vào vị trí này?

B：Tuy tôi không học ngành này nhưng sau khi tốt nghiệp tôi đã có rất nhiều kinh nghiệm ở vị trí này.

A：Tuy vậy nhưng chúng tôi vẫn cần một người tốt nghiệp đúng ngành.

B：Kể cả không có kinh nghiệm sao?

A：Không có kinh nghiệm có thể đào tạo, không có cơ sở thì khó đào tạo lắm.

B：Thì ra là vậy.

A：妳是哪一所大學畢業的？

B：我只是一所名不見經傳的大學畢業的。

A：妳為什麼想應徵這個職缺？

B：雖然我不是本科系的畢業生，但是在畢業之後我已經對這個職務累積了很多經驗。

A：即使是這樣，但我們還是需要一位本科系的畢業生。

B：即使沒有經驗你們也沒關係嗎？

A：是，沒有經驗的可以培養，但沒有學過基礎的就培養不來了。

B：原來如此。

■ 是非題

_____ (1) Tuy trời có bão nhưng tôi không đi làm.

_____ (2) Tuy tưới nước thường xuyên nhưng cây không lớn.

_____ (3) Tôi không bao giờ mua hoa tuy tôi thích hoa.

_____ (4) Dự án này không có triển vọng tuy không được sếp phê duyệt.

_____ (5) Họ vẫn rất yêu nhau tuy cách xa hàng nghìn cây số.

Phần 03

61 與「雖然」相關的 tuy

■ 重組題（重組後句首改大寫）

(1) bé / nấu cơm / nhưng / tuy / bị / bắt / em ấy / .

→ _____

(2) không / tuy / đào tạo / công ty / kinh nghiệm / có / nhưng / có thể / .

→ _____

(3) anh / có thể / làm / vì / em / tất cả / mặc dù / nghèo / anh / nhưng / .

→ _____

(4) buồn / tuy / tôi / vẫn / ngủ / đọc / nhưng / sách / cố / hàng / ngày / .

→ _____

(5) biết / nhưng / anh / làm / ấy / tuy / không / .

→ _____

單字

triển vọng 前景、前途　**phê duyệt** 批准　**cây số** 公里　**bị bắt** 被迫　**kinh nghiệm** 經驗　**đào tạo** 栽培、陶冶
tất cả 一切

362.MP3

62 與「但、但是、可是、不過」相關的 nhưng / nhưng mà / tuy nhiên

Nó khóc mãi nhưng mẹ cũng không về nữa.

他一直哭，但媽媽再也不會回來了。

Mùa đông đến rồi nhưng mà trời không hề lạnh.

冬天來了，但是一點都不冷。

Anh ấy đã chuẩn bị rất kỹ lưỡng, tuy nhiên cuộc phỏng vấn không thành công lắm.

他已經準備得很充分，可是面試不太成功。

文法重點

　　「nhưng, nhưng mà, tuy nhiên」是句子逆接時的轉折詞，前者與後者之間的依轉折程度的不同，所使用的詞彙也不一樣。轉折程度越高時，越偏向用兩個音的轉折詞「nhưng mà」；「nhưng」是一個音節的轉折詞，通常會用在日常口語會話或強調程度適中的書面語上；「tuy nhiên」比較偏向報章雜誌的書面語或正式場合上使用，日常生活中不太常用到。

另外，還可以使用「**mặc dù**」，它常常可以跟「**nhưng, nhưng mà, tuy nhiên**」配合，變成「**mặc dù … nhưng / nhưng mà / tuy nhiên**」的句型，這結構如同中文裡的「雖然…但是…」。

· Mặc dù chơi rất hay nhưng đội A vẫn thua.
  （比賽）雖然 A 隊表現的很精采，但仍然輸了。

· Mặc dù gặp khó khăn nhưng họ đã không bỏ cuộc.
  雖然遇到困難，但是他們永不放棄。

A：Cuốn sách này hay thật!

A：這本書真好看！

B：Sách gì vậy?

B：是什麼書呢？

A：Đây là cuốn sách nói về cách để chúng ta hạnh phúc.

A：這是關於如何讓我們幸福的一本書。

B：Mặc dù sách nói đúng nhưng chúng mình khó có thể thực hiện được.

B：雖然書說得很對，但是我們要做到卻很難呀！

A：Trong sách có viết: "Mặc dù gặp khó khăn nhưng họ đã không bỏ cuộc. Mặc dù trời mưa lớn nhưng họ vẫn bước về phía trước. Cuối cùng họ nhận ra, đạt được mục đích không phải thứ làm họ hạnh phúc. Hạnh phúc là khi họ cùng nhau vượt qua khó khăn."

A：書中有寫：「雖然遇到困難，但是他們永不放棄。雖然天上下了大雨，但是他們仍然勇往直前。最後，他們才意識到，達到目的並非是讓他們幸福的一件事。真正幸福的是他們一起越過了困境。」

B：Nhưng làm thế nào để tìm được người cùng đồng hành với mình?

B：但是怎麼能找到跟自己同行的人呢？

A：Cái này thì trong sách không viết.

A：這個的話，這本書中就沒寫到…

■ 填空題（請從 mặc dù、vì、vếu、thì、nên、nhưng 這幾個詞彙中選用填入）

(1) _____ trời mưa _____ họ sẽ huỷ kế hoạch.
（如果下雨的話，他們會取消計畫。）

(2) _____ ngại _____ anh ấy vẫn đến tham gia bữa tiệc.
（他雖然害羞，但還是去參加了宴會。）

(3) _____ không có tiền _____ chị ấy vẫn đi du lịch Châu Âu.
（她雖然沒有錢，但還是去了歐趙洲旅行。）

(4) _____ nghe lời bố mẹ _____ Thắng rất được yêu chiều.
（阿勝因為很聽父母的話，所以得到父母的溺愛。）

(5) Nó khóc cả tiếng đồng hồ _____ không ai để ý.
（他哭了整整一個小時，但沒人理會。）

■ 聽力填空題

362_1.MP3

(1) Hôm nay được nghỉ nhưng _____.
（今天放假，但是我還是來公司了。）

(2) Mặc dù rất thích cô ấy nhưng _____.
（雖然很喜歡她，但是說不出口。）

(3) Tôi gọi điện thoại mãi nhưng _____.
（我一直打電話，但都沒人接聽。）

(4) Hồi học cấp ba, tôi học rất giỏi nhưng _____.
（上高中時，我的成績優異，但是沒有人喜歡我。）

(5) Cổ họng tôi đau quá nhưng _____.
（我喉嚨好痛，但是還想喝冷水。）

単字

huỷ 取消　**kế hoạch** 計劃　**ngại** 害羞　**bữa tiệc** 宴會　**Châu Âu** 歐洲　**yêu chiều** 溺愛　**để ý** 理會
nghe máy 接聽電話　**hồi** 在…的時候、在…的那段時間　**cổ họng** 喉嚨

363.MP3

63 與「即使、就算、儘管」相關的 dù / dẫu / mặc dù

Hoa hồng mặc dù đẹp nhưng vẫn có gai.

即使玫瑰花漂亮，但也依舊帶刺。

Mặc dù bị mọi người chê bai nhưng anh ấy không bận tâm.

即使被大家嫌棄，但他也不放在心上。

Dù tôi có đi tắm thì mèo con cũng đi theo.

就算我去洗澡，小貓也會一直跟著。

Dù thế nào anh vẫn sẽ yêu em.

不管會怎麼樣，我仍然也會愛妳。

文法重點

　　越南語在表述相反、對立時，除了「tuy」還會使用「mặc dù」、「dù」及「dẫu」。在越南語中「mặc dù」、「dù」及「dẫu」也經常跟「nhưng」及「thì」

277

搭配使用，就好像中文的「既使…也…／就算…也…」。要注意的是，「**mặc dù**」、「**dù**」及「**dẫu**」不一定要置於句子的開頭。

· Tôi sẽ chịu trách nhiệm đến cùng mặc dù đây chỉ là quyết định nhất thời.
   即使這只是一時的決定，我仍會負責到底。

· Mọi người vẫn nói dù không có ai đang nghe.
   即使沒人在聽，大家都仍然講話。

　　以「**mặc dù … nhưng …**」的句型表達時「**mặc dù**」是「雖然」的意思。在此句型的表達中，可以只留下「**nhưng**」，省略「**mặc dù**」，意思一樣達到。例如：

· Tôi sống gần biển nhưng không biết bơi.
   雖然我住在海邊，但我不會游泳。

　　「**mặc dù**」偏向書面語、「**dù**」及「**dẫu**」則偏向口語使用。在越南的南部經常會用「**dẫu**」這個詞，而北部則常用「**dù**」。由於每個人的說話方式不同，口語中會有許多變化，常見的有「**dù là**」、「**dù rằng**」、「**cho dù**」、「**dẫu cho**」、「**cho dẫu**」其實都分別與「**dù**」及「**dẫu**」同義。

A：Dù bão kéo đến nhưng ngư dân vẫn nhất quyết không rời đi.

Ａ：即使颱風來襲，漁民仍然堅持不肯離開。

B：Tại sao họ lại cố chấp như vậy?

Ｂ：他們為什麼那麼固執？

A：Bởi vì dù có rời đi thì họ cũng không biết làm gì để kiếm sống.

Ａ：因為就算離開他們也不知道做什麼來維持生計。

B：Có vẻ ngư dân nghĩ họ không biết làm gì ngoài đánh cá.

Ｂ：看來漁民覺得他們除了打魚之外，什麼都不會做。

A：Chính xác. Vì thế mà đã có rất nhiều ngư dân thiệt mạng khi đang đánh cá lúc bão về.

Ａ：沒錯。因此已經有許多漁民在暴風雨中打魚就喪了命。

B：Mặc dù họ không rời đi nhưng chính quyền nhân dân địa phương nên có cách giải quyết thích hợp hơn.

B：即使他們不離開，但地方各級人民政府也應該有更妥當的解決辦法。

■ 是非題

_____ (1) Dù ăn nhiều rau nhưng vẫn bị táo bón.

_____ (2) Mặc dù có bão lớn nhưng tôi rất cẩn thận.

_____ (3) Dù cho cuộc sống có khó khăn đến đâu thì chị ấy đã bỏ cuộc.

_____ (4) Giá rau tăng mặc dù giá thịt giảm.

■ 填空題（請依下列的提示作答）（填入後句首改大寫）

thì / dù / cho dù / nhưng

(1) _____ phát âm tiếng Việt khó _____ ngữ pháp lại rất đơn giản.

（雖然越南語的發音難，但語法卻很簡單。）

(2) _____ có chết _____ tôi vẫn không hối hận.

（就算我死了，也不會後悔。）

(3) _____ anh ấy có nói thế nào _____ tài xế vẫn không dừng xe.

（即使他這麼說，司機還是不停車。）

(4) Đầu tôi vẫn đau _____ tôi đã uống thuốc giảm đau.

（即使我吃了止痛藥，頭還是會痛。）

單字

táo bón 便秘　**bỏ cuộc** 放棄　**ngữ pháp** 文法　**hối hận** 後悔　**dừng xe** 停車　**thuốc giảm đau** 止痛藥

364.MP3

64 與「似乎、好像、也許」相關的 hình như / có lẽ

Hình như có kẻ trộm.
好像有小偷。

Cô ấy không nghe máy, có lẽ đang bận.
她也許在忙，沒接電話。

Hình như anh ấy đang nhìn tôi.
他好像正在看我。

Có lẽ nó không thích ăn cá.
也許牠不喜歡吃魚。

文法重點

　　「hình như」、「có lẽ」置於句首和主語之前，用來表示話者的判斷及猜測，相當於中文的「也許、好像」。其中「có lẽ」常用在書面語，而「hình như」則較常用於日常口語。有時候亦可在這兩個句型的後面與「thì phải」相結合，用於加強呼應對於前述內容的揣測。

· Hình như anh ấy là nghệ sĩ nổi tiếng thì phải.
他好像是知名的藝人。

· Có lẽ trời muốn mưa thì phải.
　天也許要下雨了。

　如果話者的揣測為更高可能性的「想必」時，越南語則會改用「**chắc**」或「**chắc là**」表達。

· Em chạy xe xa như vậy chắc mệt lắm rồi, ngồi nghỉ tí đi.
　你騎車那麼遠，想必也很累了，坐下來休息吧！

· Chắc là em không yêu anh nữa.
　想必你是不會再愛我了。

A：Hình như anh bị mất ví tiền rồi.

B：Anh tìm kỹ chưa? Em nghĩ chắc là không mất đâu.

A：Nãy anh đã tìm mấy lần rồi. Có lẽ là anh để quên ở quán cà phê.

B：Thế cái này là cái gì?

A：Ơ, ví của anh đây mà!

B：Còn của ai vào đây nữa.

A：我的錢包好像丟了。

B：你有仔細找過了嗎？我想應該不會丟的。

A：我剛才找了好幾遍了。也許我掉在咖啡廳了。

B：那這個是什麼？

A：啊，是我的錢包嘛！

B：不然還能是誰的呀。

■ 重組題（重組後句首改大寫）

(1)　**nhà / hình như / trong / không / tối om / ở / có / nhà / ai / .**

→ _____

(2) **nghĩ / gọi / sẽ / tôi / có lẽ / hơn / điện thoại / tốt / .**

→ _____

(3) **anh ấy / chắc / là / người / nước ngoài / .**

→ _____

(4) **có / hai / chị ấy / hình như / đứa / là / con trai / rồi / .**

→ _____

(5) **cuối tuần / chị / không / đâu / chắc / này / về / .**

→ _____

■ **請將中文翻譯成越南語**

(1) 這個產品好像都賣光了。

→ _____

(2) 他們倆可能是親兄弟。

→ _____

(3) 這位老師也許來自澳洲。

→ _____

(4) 明天好像有颱風。

→ _____

(5) 好像是這樣。

→ _____

單字

tối om 昏暗、黑漆漆 **sản phẩm** 產品 **anh em ruột** 親生兄弟 **vị**（人物量詞）位 **Châu Úc** 澳洲

282

365.MP3

65 與「難道」相關的 chẳng lẽ / lẽ nào

Em cưới người khác rồi. Bye anh.

Chẳng lẽ bạn không cảm thấy hối hận sao?

難道你不感到後悔嗎？

註 插圖中的文字為「我嫁給別人囉，哥哥再見！」。

Chẳng lẽ anh muốn cưới cô ấy à?

難道你要娶她嗎？

Thần tượng của mình thật hút ma tuý...!

Chuyện đó lẽ nào là sự thật?

那件事難道是事實？

註 插圖中的文字為「我的偶像真的吸毒！」。

Hết yêu rồi.

Lẽ nào em không còn yêu anh nữa?

難道妳不愛我了？

註 插圖中的文字意為「我已經不愛你了」意思。

文法重點

　　越南語中，存在兩個與中文的「難道」相同表示推測的加強反問詞，那就是「chẳng lẽ」跟「lẽ nào」。這種推測以話者本身的猜測為主，不一定是主語的本

意，所以只用於疑問句。要注意「**chẳng lẽ**」及「**lẽ nào**」通常置於句首或主語之前，句尾還可以添加疑問詞「**sao**」及「**à**」，形成相當於中文「難道…不成？」的結構。

A：Dạo này không thấy anh Hải dẫn bạn gái đi chơi cùng nhỉ!

A：最近都沒看到海哥你帶女朋友一起去玩哦！

B：Bạn gái anh dạo này bận lắm, gọi điện thoại cũng ít khi nghe.

B：我女朋友最近很忙，打電話也很少會接。

A：Lẽ nào chị ấy có người khác rồi à?

A：難道她另結新歡了？

B：Sao bọn em lại nói vậy?

B：你們為什麼要這麼說？

A：Em nghe được lời đồn là chị ấy hay gặp một người đàn ông lạ sau khi tan làm. Chuyện đó lẽ nào là sự thật?

A：我聽到流言說，她下班後經常跟一個陌生的男人見面。難道那件事是真的嗎？

B：Không phải đâu. Đó là khách hàng của công ty bọn anh đấy.

B：不是的。那是我們公司的客戶。

A：Thì ra là thế.

A：原來如此。

B：Đừng có đoán lung tung.

B：不要亂猜。

■ 是非題

＿＿＿＿＿ (1) **Lẽ nào bệnh của ông ấy không thể chữa?**

284

_____ (2) **Anh chẳng lẽ làm sai chuyện gì rồi?**

_____ (3) **Tối qua anh ấy say lắm. Lẽ nào hôm nay sẽ đi làm muộn?**

_____ (4) **Lâu lắm rồi con mới về quê thăm ông bà, chẳng lẽ không ở lại được một tuần sao?**

_____ (5) **Chẳng lẽ anh không muốn báo thù à?**

■ 重組題（重組後句首改大寫）

(1)　tin / bạn / à / không / chẳng lẽ / mình / ?

　　→ _____

(2)　chỉ / sao / mà / ấy / bạn / lẽ nào / vì / nổi giận / chuyện / ?

　　→ _____

(3)　cho / leo cây / bọn em / chẳng lẽ / định / anh / à / ?

　　→ _____

(4)　khóc / em / đêm / chẳng lẽ / suốt / sao / ?

　　→ _____

(5)　đưa / sai / ti vi / lại / tin tức / chẳng lẽ / ?

　　→ _____

單字

báo thù 報仇　**nổi giận** 生氣　**cho leo cây** 放鴿子　**suốt đêm** 整夜　**đưa** 傳遞、登載（新聞）、播報（新聞）
tin tức 新聞

66 與「果然」相關的 quả nhiên

366.MP3

Quả nhiên bạn ấy không bắt máy.
他果然不接電話。

Sự thật quả nhiên là đáng sợ.
事實果然可怕。

　　「**quả nhiên**」用於表示結果與自身主觀所預想的內容是符合，通常置於句首或主詞之後，等同於中文的「果然」。

A：Ở Hồ Chí Minh mua nhà có đắt không?

A：在胡志明市買房子貴嗎？

B：Giá nhà đắt hơn Hà Nội nhiều.

B：房價比河內貴得多。

A：Quả nhiên là đắt hơn.

A：果然是更貴。

B：Dù sao thì Hồ Chí Minh cũng là trung tâm kinh tế của Việt Nam, có nhiều khu vui chơi và toà nhà cao tầng.

B：那是自然，不管怎麼說，胡志明市也是越南的經濟中心，有許多遊樂區和高層樓（，生活條件良好）。

A：Những nghệ sỹ nổi tiếng đa phần đều đang sinh sống ở Hồ Chí Minh nhỉ?

B：Đúng rồi. Hà Nội quá chật hẹp, không có nhiều khu biệt thự cho nghệ sỹ sinh sống.

A：著名的藝人多半都是在胡志明市生活吧？

B：是的。（因為）河內太窄了，沒有太多的別墅讓藝人生活。

課後練習

■ 連連看

(1) **Em quả nhiên không luyện tập**

(2) **Sau hai lần hợp tác tôi biết khách hàng này**

(3) **Không khí trên núi**

(4) **Kết hôn được 5 năm**

(5) **Chị Hà quả nhiên**

A. quả nhiên không phải người bình thường.

B. nên kết quả thi mới kém như vậy.

C. không chấp nhận lấy người đã có vợ.

D. anh ấy quả nhiên đã mua nhà mới.

E. quả nhiên rất trong lành.

■ 是非題

_____ (1) **Đi làm giờ này quả nhiên là tắc đường.**

_____ (2) **Tôi quả nhiên có rất nhiều thời gian vào buổi tối.**

_____ (3) **Quả nhiên là tư duy của người thành công.**

_____ (4) **Bộ phim nói về đứa bé sau khi trưởng thành quả nhiên đi báo thù.**

_____ (5) **Anh ấy quả nhiên là người hướng nội.**

單字

luyện tập 複習　**kém** 差、差勁　**hợp tác** 合作　**không khí** 空氣　**trong lành** 清新　**chấp nhận** 接受
tư duy 思維　**thành công** 成功　**trưởng thành** 成長　**báo thù** 報仇　**hướng nội** 內向

367.MP3

67 與「當然」相關的 đương nhiên / dĩ nhiên / tất nhiên / chứ

Tất nhiên là tôi ủng hộ chính phủ.
我當然是支持政府。

為什麼她穿古裝？

Người ta làm như vậy dĩ nhiên có lý do.
人家這麼做當然是有理由了。

The total medical treatment fee is 300 dollars.

Đương nhiên là phí trị liệu ở Mỹ đắt hơn rồi.
美國的治療費當然更貴了。

註 插圖中的文字意思為「治療費總共是 300 美金」。

Tôi đồng ý chứ.
我當然同意。

文法重點

　　「đương nhiên」、「tất nhiên」、「dĩ nhiên」及「chứ」全部都是表示「當然」的意思。

　　「tất nhiên」、「đương nhiên」及「dĩ nhiên」通常會置於句首，應用於口語

中時後面加上「là」。而要直接與動詞或形容詞結合時，要用「chú」。注意「chú」是口語中常用的，必須置於動詞和形容詞後方，且在疑問句中是不成立的（不可用於疑問句）。

· Mình cũng sợ già chú.
  我當然也怕老。

· A: Đi xem mặt không?
  要去相親嗎？

  B: Đi chú.
  當然要去。

A：Bạn biết cách nạp tiền vào sim điện thoại không?

A：你知道電話卡要怎麼加值嗎？

B：Đương nhiên rồi.

B：當然知道。

A：Điện thoại mình hết tiền rồi, không gọi hay nhắn tin được.

A：我手機沒錢了，不能打電話或發簡訊。

B：Có hai cách nạp tiền. Bạn có thể mua thẻ nạp ở cửa hàng tiện lợi hoặc nạp từ tài khoản ngân hàng trên điện thoại.

B：有兩個加值的方法。你可以在便利商店買電話卡或從手機的銀行帳戶加值。

A：Bạn dẫn mình đi mua được không?

A：你可以帶我去買嗎？

B：Tất nhiên là được rồi.

B：當然可以。

■ 填空題（請依下列的提示作答）（填空後句首改大寫）

dĩ nhiên / rồi / chứ / đương nhiên / tất nhiên

(1) **Xe hỏng rồi, mình phải đi sửa _____ .**
（車壞了，我當然要去修理。）

(2) **Không là thì _____ quần áo sẽ có nếp nhăn rồi.**
（衣服不燙的話，當然會有皺褶。）

(3) **Có bệnh _____ phải uống thuốc _____ .**
（有病當然要吃藥了。）

(4) **_____ là luyện tập nhiều mới có thể nói giỏi như bây giờ.**
（當然是經過多次練習才可能像現在這樣說得這麼好。）

■ 重組題（重組後句首改大寫）

(1) **đương nhiên / là / chuyện / đó / có / không / .**

→ _____

(2) **thích / rồi / là / mèo / cá / dĩ nhiên / ăn / .**

→ _____

(3) **làm / món / ăn / đương nhiên / từ / này / thịt / là / gà / .**

→ _____

(4) **xanh / là / tất nhiên / của / bình / màu / biểu / hoà / tượng / .**

→ _____

註 第 **4** 題的內容為越南民族的文化觀。

單字

sửa 修理　**là** 燙（衣服）**nếp nhăn**（衣服、皮膚）皺褶；皺紋　**biểu tượng** 象徵　**hoà bình** 和平

368.MP3

68 與「應該」相關的 nên

Chúng ta nên đặt bàn trước.
我們應該先訂位。

Em nên vui lên một chút.
你應該高興起來一點。

文法重點

　　越南人在給別人勸諫他人的情況下會用「nên」，相當於中文的「應該」。通常「nên」置於主詞後面，動詞之前。表達否定時，在「nên」前面加「không」即可。

　　如果「nên」置於句子前方，也就是在主詞之前那麼「nên」不是在表達「應該」的意思而是「所以」的意思（在第 10 個文法將會提到）。

會話

A：Dạo này chị béo quá…

A：我最近太胖了…

B：Chị nên đến phòng tập gym hoặc chạy bộ thì có thể giảm béo.

B：你應該去健身房或跑步就能減肥。

A：Nhưng chị không có thời gian.

A：但是我沒有時間去。

291

B：Vậy thì chị nên ăn ít lại.   B：那麼你就應該少吃一點。

A：Ăn ít thì chị không thể làm việc   A：少吃的話我就沒力氣工作了。
được.

B：Vậy thì chị nên nghỉ việc đi.   B：那麼你應該就辭職了吧！

A：Nghỉ việc thì đâu có tiền để tiêu.   A：辭職的話我哪有錢花。

B：Em chịu chị…   B：我服了妳了…

■ 是非題

_____ (1) **Không nên để anh ấy chờ lâu.**

_____ (2) **Mọi người nên đi làm đúng giờ.**

_____ (3) **Nên tôi đi ngủ sớm và không thức khuya.**

_____ (4) **Chúng ta nên vui vì em ấy đã đỗ đại học.**

_____ (5) **Nên làm như thế nào không?**

368_1.MP3

■ 聽音檔回答問題

(1)   **Sau khi ăn no không nên làm gì?**
（吃飽後不應該做什麼？）

→ _____

(2)   **Muốn dậy sớm nên làm gì?**
（想要早起就應該做什麼？）

→ _____

(3)　**Muốn nói giỏi tiếng Việt, nên làm gì?**
　　（想要把越南語講得好，應該做什麼？）

　　→ _____

(4)　**Trước khi ăn cơm nên làm gì?**
　　（吃飯前應該做什麼？）

　　→ _____

(5)　**Trong khi làm việc, không nên làm gì?**
　　（上班的時候不應該做什麼？）

　　→ _____

單字

chờ lâu 久等　**đúng giờ** 準時　**thức khuya** 熬夜　**đỗ đại học** 考上大學　**luyện** 練（習）　**hàng ngày** 每天
làm việc riêng 做私事

69 與「無論、不論、不管」相關的 bất kể

369.MP3

Bất kể ai cũng cần xếp hàng.

不管是誰都要排隊。

Bất kể có chuyện vui hay chuyện buồn thì hãy chia sẻ với mình.

無論是有開心的事還是難過的事，都請跟我分享吧！

Bất kể đi đâu cũng phải mang theo hộ chiếu.

不管要去哪都要帶護照。

文法重點

　　「bất kể」是用於表示多項假設發生但結果都不變，等同於中文的「無論…、不論…、不管…」。通常「bất kể」只置於句首，在主語之前。

Bất kể đi đâu chị ấy đều gọi xe qua ứng dụng.
不管去哪，她都會用 APP 叫車。

A：Nghe nói gần đây có quán ăn ngon nổi tiếng lắm.

A：聽說這附近有一家出名的美食店。

B：Tối đi ăn thử đi.

B：那晚上去吃看看吧！

A：Nghe nói phải đến tận nơi đặt bàn trước, quán không nhận gọi điện thoại đặt bàn đâu.

A：聽說要到現場預約，店裡不接受電話預約。

B：Bất kể thế nào cũng phải đến ăn thử. Sở thích của em thì anh biết rồi đấy.

B：無論怎麼樣都要去吃看看，我的愛好你是知道的。

A：Giờ mình tranh thủ đi đặt bàn đi.

A：現在抽空時間去預約吧！

B：Vâng, đi thôi.

B：好的。走吧。

■ 是非題

_____ (1) **Em ấy bất kể nấu món gì thì không cho ớt.**

_____ (2) **Bất kể xảy ra chuyện gì thì hãy nhớ gọi điện cho anh.**

_____ (3) **Bất kể người ta nói gì cũng đừng tin.**

_____ (4) **Bất kể tình hình ra sao cũng bình tĩnh nhé.**

_____ (5) **Bất kể giàu hay nghèo, chú rể cũng hứa sẽ không bỏ rơi cô dâu.**

■ 填空題（請依下列的提示作答）

cũng đều gặp khó khăn / mình cũng sẽ không bỏ cuộc / thế nào / ngày mai vẫn đi leo núi / phải thử việc hai tháng

(1) **Bất kể** _____, **mình vẫn sẽ đến.**
（不管怎麼樣，我都會到。）

(2) **Bất kể là ai cũng** _____.
（不管是誰都要做兩個月的試用期。）

(3) **Bất kể nắng hay mưa,** _____.
（無論晴天還是下雨，明天還是會去爬山。）

(4) **Bất kể làm nghề gì,** _____.
（不管做什麼行業，都會遇到其困難之處。）

(5) **Bất kể thế nào,** _____.
（不管怎麼樣，我都不會放棄。）

單字

ớt 辣椒　**bình tĩnh** 冷靜、鎮定　**giàu** 富、富有　**nghèo** 窮、貧窮　**bỏ rơi** 拋棄　**bỏ cuộc** 放棄

70 與「竟然、居然」相關的 vậy mà / thế mà / mà

Ông ấy chỉ mua đại thôi vậy mà trúng số thật.

他只是隨便買而已，竟然真的中了彩票。

Lần nào tôi cũng nhiệt tình giúp họ thế mà chưa bao giờ họ cảm ơn tôi.

每次我都熱情地幫助他們，他們居然卻從未感謝我。

Trời lạnh thế này mà anh mặc áo cộc ra đường.

天這麼冷你居然穿短袖出門。

文法重點

　　「vậy mà」、「thế mà」及「mà」相當於中文的「竟然」、「居然」，用來表示結果超出預料之外的意思。但要注意的是，中文的「竟然」及「居然」有負面的語義，但在越南語中，不管結果是好是壞，都能在句子後方使用「vậy mà」、「thế mà」及「mà」這三種句型。其中「mà」一詞多義，它既有「但是」的意思，但同時也含有「竟然、居然」的意思，越南人常用於口語當中。因此，最好要句子的語義來判斷「mà」當下表達的意思。

A：Cuộc sống ở Sài Gòn thế nào?

B：Nhộn nhịp lắm. Ba giờ sáng mà mọi người vẫn đi chơi.

A：Thật sao? Ở Hà Nội hai giờ sáng là ít người rồi.

B：Mình có cảm giác người Sài Gòn không ngủ về đêm.

A：Mình vốn dĩ muốn chuyển vào Sài Gòn làm việc rồi vậy mà người yêu không đồng ý.

B：Có ai muốn xa người mình yêu đâu.

A：西貢的生活怎麼樣呢？

B：很熱鬧！凌晨三點了，竟然大家都還去玩。

A：真的嗎？在河內，凌晨兩點就沒什麼人了。

B：我感覺西貢人都夜夜笙歌的。

A：我本來要搬到西貢工作了，但女朋友居然不答應。

B：（那當然，）有誰想跟心愛的人分開啊！

■ 是非題

_____ (1) **Nó chỉ nói linh tinh thôi vậy mà anh cũng tin.**

_____ (2) **Trời sắp mưa rồi vậy mà không có ô hay áo mưa.**

_____ (3) **Bạn đó đẹp trai vậy mà chưa có người yêu.**

_____ (4) **Họ đã vất vả cả mười năm rồi thế mà không mua nổi một căn nhà.**

_____ (5) **Người già thích sống ở nông thôn vậy mà người trẻ thích sống ở đô thị.**

■ 選擇題

(1)　Tôi có hai chị gái. Tôi ít nói ＿＿＿＿＿＿＿ hai chị gái thì nói nhiều.

　　① nhưng / nhưng mà　② vậy mà / thế mà

(2)　Lớn thế này rồi ＿＿＿＿＿＿＿ không biết nấu cơm à?

　　① mà / nhưng　② vậy mà / mà

(3)　Hễ nghe nhạc buồn ＿＿＿＿＿＿＿ cô ấy sẽ suy nghĩ nhiều và rơi nước mắt.

　　① là / thì　② là / mà

(4)　Ngửi thì thối ＿＿＿＿＿＿＿ khi ăn vào lại thấy thơm là quả gì?

　　① thế mà / nhưng　② mà / thì

(5)　Chúng tôi học tiếng Anh đã mười năm rồi ＿＿＿＿＿＿＿ vẫn không biết nói.

　　① nhưng / thế mà　② mà / là

單字

nói linh tinh 亂講、隨便說說　**áo mưa** 雨衣　**không ... nổi** …不起　**nông thôn** 農村　**đô thị** 都市
nước mắt 眼淚　**thơm** 香

71

與「難怪」相關的 chẳng trách / thảo nào / hèn chi

371.MP3

Tuần nào cũng đi làm đẹp, thảo nào da đẹp thế.

每週都去美容，難怪皮膚那麼好。

Nó hay nói xấu sau lưng người khác, chẳng trách ai cũng ghét cho là phải.

他經常在背後説別人壞話，難怪誰都討厭他。

Uống rượu cho lắm, hèn chi bị đau dạy dày.

喝那麼多的酒，難怪胃會痛。

文法重點

　　當越南語表述一個理所當然的結果時，常會用連詞「**thảo nào**」、「**chẳng trách**」及「**hèn chi**」這三種句型。句型的前接原因及理由句，後接重點的「理解所當的結果」，用以構成一個有因有果的完整句子。因此這三個句型，相當於中文副詞「難怪、怪不得」的意思。當前文與後文的原因重複時，亦可省略原因句子，直接將「**thảo nào**」、「**chẳng trách**」及「**hèn chi**」擺置在句首應用。請注意，因各

地方的用語習慣不同，三個句型中，北部較常用「**thảo nào**」及「**chẳng trách**」，而南部則是常用「**hèn chi**」。

A：Ví của mình đâu rồi?

B：Bạn để ví ở đâu?

A：Mình vừa để ở trên bàn.

B：Hèn chi mất là phải. Ở đây có nhiều trộm cắp lắm, đi đâu cũng không được để ví, điện thoại hay túi xách lên bàn.

A：Vậy à? Thảo nào tối qua bạn mình bị giật điện thoại khi đang đứng ở vỉa hè.

B：Ở nhà hàng thì có thể không sao, nhưng ở các quán vỉa hè thì nhất định phải cẩn thận.

A：Làm sao bây giờ! Mất điện thoại rồi.

B：Đi một ngày đàng học một sàng khôn. Từ sau bạn sẽ không bao giờ bị mất đồ nữa đâu.

A：我的錢包到哪去了？

B：妳把錢包放在哪裡了？

A：我剛把錢包放在桌上。

B：難怪會丟了。在這裡小偷多的是，去哪兒都不能把錢包、手機或包包放在桌上呀。

A：是嗎！？難怪我的朋友昨晚站在人行道上時就被搶手機了。

B：在餐廳也許沒關係，但是在人行道旁的小攤子就一定要小心了。

A：那怎麼辦！弄丟手機了。

B：經一事長一智吧！以後妳就永遠不會再弄丟東西了。

■ 是非題

_____ (1) Mây đen kéo đến thảo nào trời mưa.

_____ (2) Mấy hôm nay bị ốm anh ấy hèn chi không đi làm.

_____ (3) Tính cách hai đứa nó hợp nhau lắm, chẳng trách chơi với nhau được 10 năm rồi.

_____ (4) Thì ra là nhà hàng có đầu bếp mới. Thảo nào dạo này đông khách hơn.

■ 重組題（重組後句首改大寫）

(1) đến / thảo nào / hoa đào / khắp / rồi / nơi / mùa xuân / nở / .

→ _____

(2) giàu / anh ta / đẹp / các / vây / đều / trai / anh ta / hèn chi / và / cô gái / lấy / .

→ _____

(3) da / ít / mọc / uống / chẳng trách / nước / mụn / .

→ _____

(4) tập / cũng / không / nào / chẳng trách / mệt mỏi / lúc / thể dục / cơ thể / .

→ _____

單字

bị ốm 生病　**đứa**（對人視輕的口語量詞）人　**hợp nhau** 合得來、意氣相投　**đầu bếp** 廚師　**đông** 很多…
nở khắp 開滿　**vây lấy** 包圍　**mọc mụn** 長痘痘

372.MP3

72 與確認語氣助詞相關的 nhỉ

Tối nay phim chiếu lúc mấy giờ nhỉ?
今晚電影是幾點播放呢？

Lạnh nhỉ?
冷吧？

文法重點

　　越南語中存在多種語氣助詞，主要用於口語表示加強委婉、親切的語氣。「nhỉ」是其中之一，是表示確認的語氣，用於疑問句中。「nhỉ」在句中的位置往往置於句末，前面也可以跟疑問詞相結合。

· Em là con nhà ai nhỉ?
　你是誰家的孩子呢？

· Bây giờ mấy giờ nhỉ?
　現在幾點呢？

· Ăn cơm chưa nhỉ?
　吃飯了沒啊？

　　當「nhỉ」跟一般形容詞或「là」一起使用時，多半是表達自己的看法之外，並且更進一步想得到對方也認同自己的看法。

· Hoa này đẹp nhỉ?
　這花好美啊，對吧？

· Em là Lan nhỉ?
你是阿蘭對吧？

· Anh ấy đẹp trai quá nhỉ?
他太帥了，對吧？

A：Tối nay đi ăn gì nhỉ?

A：今晚去吃什麼呢？

B：Ăn bún chả đi, thế nào?

B：吃烤肉米線吧，怎麼樣？

A：Nhưng mà mình không biết chỗ nào ngon?

A：但是我不知道哪裡的比較好吃？

B：Cứ đi theo mình, trên phố cổ có một quán nổi tiếng là ngon.

B：就跟著我走吧，老街那裡有一家店出了名的好吃。

A：Mấy giờ đi nhỉ?

A：幾點去呢？

B：Tan làm xong đi luôn. Quán đó 8 giờ tối là đóng cửa rồi.

B：下班後直接去，那家店晚上八點就關門了。

■ 是非題

_____ (1) **Bạn đến đây có việc gì không nhỉ?**

_____ (2) **Mình ghét uống thuốc, thuốc đắng nhỉ?**

_____ (3) **Tôi không giỏi nấu ăn nhỉ?**

_____ (4) **Iphone mới nhất bán ra vào ngày hôm qua nhỉ?**

_____ (5) **Mình luôn theo dõi kênh này nhỉ?**

■ 重組題（重組後句首改大寫）

(1) **nóng / ở / nhỉ / đây / hè / mùa / ?**

→ _____

(2) **năm / hai / rồi / em / tuổi / nhỉ / mươi / nay / ?**

→ _____

(3) **thôi / đi / nhỉ / siêu thị / ?**

→ _____

(4) **mấy / thứ / mai / nhỉ / ngày / ?**

→ _____

(5) **là / người / em / nhỉ / đây / yêu / của / ?**

→ _____

單字

uống thuốc 吃藥　**đắng** 苦　**theo dõi** 關注　**kênh** 頻道

Phần 03
73 與提醒語氣助詞相關的 nhé

Chúng ta cùng cố gắng nhé!
我們一起努力吧！

Ngủ sớm đi nhé!
早點睡吧！

文法重點

　　語氣助詞常用於口語會話中，是越南語的靈魂，在談話的潤滑中起了很大的作用。每一種句子的類型都能搭配不同的語氣助詞，並表示不同的含義，「nhé」也是如此。「nhé」常用于日常口語之中，置於句尾。主要的作用是表示親切地要求、親切地勸誡以及柔和的命令語氣。

　　由於各地方形成的習慣不同，「nhé」在口語還存在各種變音的説法，如「nha」、「nhá」、「nhen」。

· Ngày mai mọi người không phải đi làm nha!
　明天大家不用上班哦！

· Có gì thì nhắn tin nhá!
　有什麼事就傳訊息吧！

Có gì thì nhắn tin nhá!

會 話

A：Em có người yêu chưa?

A：妳有男朋友了嗎？

B：Em chưa. Sao vậy anh?

B：我還沒有。怎麼啦？

A：Thực ra anh thích em lâu rồi, làm người yêu anh nhé!

A：其實我喜歡妳很久了。做我女朋友吧！

B：Để em suy nghĩ thêm nha. Tại vì chúng mình cũng chưa hiểu nhau lắm.

B：讓我再考慮吧。因為我覺得我們之間彼此也還不太熟悉。

A：Chúng mình có thể thử hẹn hò trước xem thế nào. Nếu em thay đổi suy nghĩ thì bất cứ lúc nào cũng có thể nói với anh.

A：我們可以先嘗試約會看看。如果妳改變主意，任何時候都可以告訴我。

B：OK. Quyết định vậy nha.

B：OK。就這麼決定吧。

■ 是非題

_____ (1) **Lãi suất ngân hàng tăng lên nhé!**

_____ (2) **Tối nay đi hát karaoke nhé!**

_____ (3) **Hãy nhớ kĩ khoảnh khắc này nhé!**

_____ (4) **Ở nhà trông nhà nhé!**

_____ (5) **Bây giờ bạn rảnh không nhé!**

■ 重組題（重組後句首改大寫）

(1)　đừng / nữa / vậy / nói / nhé / !

　　　→ _____

(2)　chúng / bắt / đi / nhé / buýt / xe / mình / !

　　　→ _____

(3)　nhau / trung tâm / ở / nhé / gặp / thương mại / !

　　　→ _____

(4)　sinh / vui vẻ / bạn / chúc / nhé / nhật / !

　　　→ _____

(5)　nhé / ngon / ngủ / !

　　　→ _____

單字

lãi suất 利息　**tăng lên** 上漲　**nhớ kĩ** 謹記　**khoảnh khắc** 時刻　**sinh nhật vui vẻ** 生日快樂

74 與強調語氣助詞相關的 đấy

374.MP3

Đúng đấy.

對呀！

Ăn táo tốt cho sức khoẻ đấy.

吃蘋果是對身體好的呀！

Cô giáo đang khen bạn đấy.

（女）老師是在誇你呀！

文法重點

　　越南語中存在強調前述整句話內容時的使用的語氣助詞「**đấy**」，意思接近中文的「（是…的）呀！」。「**đấy**」的用法並不靈活，只能置於句尾，使用時限制於確定的肯定句或命令句而已。

　　此外，「**đấy**」還有其他用法，當置於普通的疑問句句末表示親切的語氣；而用於猜測的語氣時通常會置於「**à**」前面。

· Bạn mua điện thoại mới đấy à?

　你買新的手機了嗎？

· Bạn là ai đấy?

　你是誰啊？

「đấy」還能當指示代名詞，與「đó」相同，等同於中文的「那」。

· Từ đây đến đấy xa không?
  從這到那遠嗎？

· Chuyện đấy mình cũng không rõ.
  那件事我也不清楚。

會話

A：Đây là món gì đấy?

B：Bánh chưng đấy.

A：Nhìn khác hoàn toàn với bánh chưng của Đài Loan.

B：Bên trong có thịt ba chỉ, đậu xanh và gạo nếp.

A：Ở Việt Nam, bánh chưng ăn vào dịp nào đấy?

B：Bánh chưng là món ăn ngày Tết. Bánh chưng ngày Tết to hơn bánh chưng ngày thường.

A：Mình ăn thử được không?

B：Tất nhiên là được rồi.

A：這是什麼菜？

B：這是粽子呀！

A：跟臺灣的粽子看起來完全不一樣。

B：嗯，裡面有包五花肉、綠豆和糯米。

A：在越南，什麼時候才吃粽子呢？

B：粽子是逢年過節時的美食。逢年過節時，粽子會做得比平常時的粽子更大。

A：那我可以嘗嘗嗎？

B：當然可以了。

■ 是非題

_____ (1) **Bạn bao nhiêu tuổi đấy?**

_____ (2) **Mưa rồi đấy.**

_____ (3) **Tôi chính là bạn thân nhất đấy của sếp bạn.**

_____ (4) **Vì đây là lần đầu tiên đi xem mắt nên hơi hồi hộp đấy.**

_____ (5) **Em đã đến tuổi lập gia đình rồi đấy.**

■ 重組題（重組後句首改大寫）

(1) **về / cái / đẹp / đã / quan niệm / rồi / đấy / khác / xưa / .**

→ _____

(2) **béo / rồi / đấy / lên / chị / Hồng / .**

→ _____

(3) **đang / ăn / đấy / ấy / anh / kiêng / .**

→ _____

(4) **sắp / đấy / ra / cô / viện / Hương / .**

→ _____

(5) **nhớ / làm / em / đấy / .**

→ _____

單字

bạn thân 親友、好友　　**đi xem mắt** 相親　　**hồi hộp** 膽怯；緊張　　**lập gia đình** 成家　　**quan niệm** 觀念
xưa 古時　　**ăn kiêng** 忌口　　**ra viện** 出院

75 與主張語氣詞相關的 cơ / cơ mà

375.MP3

Con muốn đi thuỷ cung xem cá cơ.

我想去海洋館看魚。

Em xin lỗi.

Mình đã bảo đừng đến muộn cơ mà.

我已經說過了別遲到嘛！

註 插圖中的文字為「對不起！」

文法重點

　　「cơ」在越南語中是用於表示個人主張的語氣助詞，置於句尾。有下列幾種用法：

　　① 用於強調自己說的意見、資訊才是正確的：

· A: Em là cô giáo à?

　　妳是（女）老師嗎？

· B: Không, em là tiếp viên hàng không cơ.

　　不，我是空姐嘛！（強調自己是空姐）

· A: Ngày mai là thứ bảy phải không?

　　明天是週六對嗎？

· B: Ngày mai là chủ nhật cơ.

　　明天是週日才對！（語氣上強調明天是週日）

　　②「cơ」用於強調個人的所求，希望對方會答應。此用法常用於撒嬌的語表氣

達：

- A: Chúng mình đi ăn kem nhé!

  我們去吃霜淇淋吧！

- B: Không, em muốn ăn ốc cơ.

  不，人家要吃螺啦。（要求希望吃到的是螺。）

③「**cơ**」還有反駁提問的用法，當聽不清或記不清某種資訊要再次提問對方做出確認時使用。

- Anh nói gì cơ?

  你（剛）說什麼呢？

- Nhà em có mấy người cơ?

  你（剛說）你家有幾個人呢？

助詞「**cơ mà**」只用在口語對話中，表示說話者對於對方的意見或行動感到非常不適當或不太能理解，進而導致不能接受。相似於中文的「…嘛！」。

- Sao buồn thế, vừa nãy vui lắm cơ mà.

  怎麼會這樣難過，剛剛明明還很開心嘛！

  （不能理解之處：從剛剛的開心突然變成難過，難以理解。）

- A: Em sắp về chưa?

  你快回來了嗎？

- B: Em bảo nay tăng ca cơ mà.

  我說今天加班嘛！（不能理解之處：我都說過要加班了，你還問。）

A：Nam ơi, cậu mới mua iPhone à?

A：阿南，你剛買蘋果手機嗎？

B：Ừ.

B：嗯。

A：Cậu bảo đợi iPhone mới ra rồi mới mua cơ mà. Sao lại mua rồi?

A：你說要等新的 **iPhone** 出來才買不是嗎。怎麼又買了？

B：À, không phải mình mua đâu. Mình được người yêu mua tặng.

B：不是我買的，是女朋友送的。

A：Màu này cũng khá đẹp.

A：這個顏色也挺好看。

B：Thực ra mình cũng không thích màu này lắm, mình thích màu xanh cơ.

B：其實我也不太喜歡這個顏色，我喜歡綠色呢！

■ 連連看

(1) **Trời lạnh đi ra ngoài lạnh lắm,**　　　A. ông bà thích thực phẩm chức năng cơ.

(2) **Bạn tên là gì cơ,**　　　B. đã bị lừa mấy lần rồi cơ mà.

(3) **Anh cố chấp quá,**　　　C. ở nhà ngủ là thích nhất cơ.

(4) **Đừng mua tặng ông bà quần áo,**　　　D. vừa nãy mình nghe không rõ lắm.

■ 是非题

_____ (1) **Đừng chú ý đến cuộc sống của anh ta nữa, chia tay rồi cơ mà.**

_____ (2) **Anh thích nghe nhạc thịnh hành cơ, không thích nghe nhạc này.**

_____ (3) **Người Việt ăn nhiều rau và hoa quả cơ mà.**

_____ (4) **Lúc còn nhỏ em ấy hay đánh nhau cơ.**

單字

đi ra ngoai 外出　　**nãy** 剛剛　　**cố chấp** 固執　　**thực phẩm chức năng** 保健食品

解答

本篇包括全書中 Phần 2-3 所有課後練習的解答

解答

Phần 2

01   P.032

■ 是非題

(1) ○ (2) × (3) ○ (4) × (5) ○

【中譯】

(1) 今天是 2000 年 9 月 18 號。

(3) 他是我哥哥。

(5) 7-ELEVEN 是便利商店。

■ 聽力填充題

(1) 80 tuổi (2) là chủ nhật (3) hai mươi tuổi

(4) là chị em (5) là tháng 6

02   P.034

■ 是非題

(1) × (2) ○ (3) ○ (4) ○ (5) ○

【中譯】

(2) 黃哥的身高是 180 公分。

(3) 水果在越南很便宜。

(4) 我的手機是黑色的。

(5) 她喜歡長得帥的人。

■ 聽力填充題

(1) màu đỏ (2) hài hước (3) buồn

(4) đắng (5) nghiêm khắc

03   P.036

■ 請以正確的形容詞修飾動詞的方式，改正錯誤的句子

(1) Chị gái của chị ấy hát hay.

她的姊姊唱歌很好聽。

(2) Bạn có thể nói chậm một chút không?

你可以講慢一點嗎？

(3) Các tuyển thủ chạy nhanh quá!

選手們跑得太快了！

(4) Con gái tôi học giỏi hơn tôi.

我的女兒學的比我更好。

(5) Đừng viết dài quá!

別寫太長。

■ 聽力填空題

(1) no (2) ít (3) nhiều (4) sớm (5) ngôn

04   P.038

■ 填空題

(1) khá (2) May mà (3) rất (4) cũng

(5) không

■ 聽力填空題

(1) nhanh (2) sôi (3) đẹp (4) đói

(5) nổi giận

05   P.040

■ 重組題

(1) Sếp Vương sắp về nước rồi.

王總快要回國了。

(2) Đừng cãi nhau với anh ta.

別跟他吵架。

(3) Tôi vừa xem một bộ phim truyền hình rất hay.

我剛看了一部很好看的電視劇。

(4) Anh ấy cũng đeo kính áp tròng.

他也戴隱形眼鏡。

■ 聽力填空題

(1) vừa (2) sắp (3) Sắp (4) Rốt cuộc (5) đều

06   P.042

■ 重組題

(1) Anh ấy là bảo vệ.

他是警衛。

(2) Họ là bạn của mình.

他們是我的朋友。

(3) Quyển sách này là sách tiếng Việt.

這本書是越南語書。

(4) Kia là chợ.
那是市場。

(5) Cô ấy là vợ của mình.
她是我的妻子。

■ 是非題

(1) ✕　(2) ○　(3) ○　(4) ○　(5) ✕

【中譯】

(2) 這是我家。

(3) 這是越南料理。

(4) 這隻是鯨魚。

P.044

■ 重組題

(1) Tôi ăn cơm ở nhà hàng.
我在餐廳吃飯。

(2) Bố đi làm lúc 7 rưỡi.
爸爸七點半上班。

(3) Cô ấy cười với tôi.
她對我笑。

(4) Em ấy hát hay.
他唱歌好聽。

(5) Chúng tôi gặp ở quán cà phê.
我們在咖啡廳見面。

■ 請聽音檔，並寫出越南語的內容

(1) Tôi học tiếng Việt.
我學越南語。

(2) Bố đọc sách.
爸爸讀書。

(3) Mẹ mua đồ ở siêu thị.
媽媽在超市買東西。

(4) Tôi nói chuyện với em gái.
我和妹妹聊天。

(5) Ông bà chạy bộ ở công viên.
爺爺和奶奶在公園跑步。

08 P.046

■ 重組題

(1) Mẹ đang nấu cháo.
媽媽在煮稀飯。

(2) Sau khi ngủ dậy tôi phải đánh răng rửa mặt.
我起床後要刷牙洗臉。

(3) Mọi người bây giờ không thích viết thư.
大家現在不喜歡寫信。

(4) Ông đang đọc sách.
爺爺在看書。

■ 聽力填空題

(1) từ điển　(2) chữ Hán rất đẹp

(3) phim hoạt hình　(4) nhà

09 P.048

■ 聽力填空題

(1) học sinh　(2) người Việt Nam

(3) tiền lương　(4) phim Mỹ　(5) người xấu

■ 翻譯題

(1) Đây không phải là điện thoại của tôi.

(2) Kia là Đại học Quốc gia Hà Nội, không phải là Đại học Hà Nội.

(3) Ông nội tôi không phải là quân nhân.

(4) Đây là quả chôm chôm, không phải quả vải.

10 P.050

■ 重組題

(1) Anh ấy chưa ngủ dậy.
他還沒起床。

(2) Em ấy không biết nhảy.
她不會跳舞。

(3) Cái bàn này không tốt.
這張桌子不好。

■ 填空題

(1) không　(2) chưa　(3) chưa　(4) không

■請造出疑問句

(1) Cà phê có đắng không?
咖啡會苦嗎？

(2) Tiếng Việt có khó không?
越南語會難嗎？

(3) Bạn có anh trai không?
你有哥哥嗎？

(4) Bạn có người yêu không?
你有戀人嗎？

(5) Trời có sao không?
天上有星星嗎？

■請聽音檔，並選擇正確的回答句子。

(1) B　(2) C　(3) A　(4) A　(5) B

【中譯】

(1) Chị mua thịt không?（你買肉嗎？）
　　A. Tôi mua không?（×我買嗎？）
　　B. Tôi không mua thịt.（我不買肉。）
　　C. Không, tôi mua thịt.（×不，我買肉。）

(2) Em uống trà không?（你喝茶嗎？）
　　A. Em uống cà phê.（×我喝咖啡。）
　　B. Em trà không uống.（×我茶不喝。）
　　C. Em không uống trà.（我不喝茶。）

(3) Hôm nay anh ấy đến trường không?（今天他會來學校嗎？）
　　A.Có, anh ấy có đến trường.（會，他會來學校。）
　　B. Có, anh ấy không đến.（會，他不來。）
　　C. Không, anh ấy có đến.（不會，他會來。）

(4) Bạn có xe máy không?（你有機車嗎？）
　　A. Có, tôi có.（有，我有。）
　　B. Có, tôi không có xe máy.（×有，我沒有機車。）
　　C. Không có xe.（×沒有車。）

(5) Chị đọc báo không?（妳閱讀報紙嗎？）
　　A. Chị có đọc báo không?（×我有讀報嗎？）
　　B. Chị đọc báo.（我有讀報。）
　　C. Chị có đọc.（我有讀。）

■請回答問題

(1) Không phải, tôi không phải là người Việt Nam.
不是，我不是越南人。

(2) Không phải, bố mẹ tôi không phải là bác sỹ.
不是，我的父母不是醫生。

(3) Phải, đây là chị gái của tôi.
是，這是我的姊姊。

(4) Phải, người yêu của tôi là người Việt Nam.
是，我的情人是越南人。

■聽力填空題

(1) sinh viên　(2) hoa đào　(3) người Đài Loan

■請造出疑問句

(1) Bạn có bạn gái chưa?
你有女朋友了嗎？

(2) Bạn ngủ chưa?
你睡了嗎？

(3) Chị gái bạn kết hôn chưa?
你姊姊結婚了嗎？

(4) Bố tan làm chưa?
爸爸你下班了嗎？

(5) Em đói chưa?
你餓了嗎？

■請聽音檔，並選擇正確的回答句子

(1) C　(2) A　(3) B　(4) B　(5) A

【中譯】

(1) Con ơi! Ngủ dậy chưa?（孩子，起床了嗎？）
　　A. Con không ngủ dậy.（×孩兒不睡醒。）
　　B. Tôi ngủ dậy rồi.（×我睡醒了。）
　　註 越南語中，孩子對父母不可以用 Tôi 自稱。
　　C. Con ngủ dậy rồi.（孩兒我睡醒了。）

(2) Em mệt chưa? Đi ngủ đi!（你累了嗎？去睡吧！）
　　A. Em chưa mệt.（我還不累。）
　　B. Em ngủ rồi.（×我睡了。）
　　C. Chưa, em mệt rồi.（×還沒，我累了。）

(3) Hôm nay có lương chưa?（今天有發薪水了

嗎？）

　　A. Có, hôm nay có lương.（×有，今天有發薪
　　　　水。）

　　B. Rồi, hôm nay có rồi.（有，今天有發了。）

　　C. Phải, hôm nay có lương.（×是的，今天有發
　　　　薪水了。）

(4) Tí nữa có hẹn, anh chuẩn bị chưa?（一會兒有
　　約，你準備了嗎？）

　　A. Có, anh có.（×有，我有。）

　　B. Chưa, anh chưa chuẩn bị.（還沒，我還沒準
　　　　備。）

　　C. Rồi, anh chưa chuẩn bị（×有，我還沒準
　　　　備。）

(5) Mẹ đi chợ mua thức ăn chưa?（媽媽妳去市場
　　買菜了嗎？）

　　A. Mẹ đi rồi.（媽媽去了。）

　　B. Mẹ đi chưa.（×媽媽去了嗎？）

　　C. Có, mẹ mua rồi.（×有，媽媽買了。）

註 上述的答案中有部分在中文裡雖然會通，但
是請注意在越南文裡是不通的。請以越南文
的選項來判斷正誤。

14　　　　　　　　　P.061

■回答題

(1) Không, chị ấy không thể lái xe được.
　　不會，她不會騎車。

(2) Được, cô giáo có thể nói tiếng Trung được.
　　會，（女）老師會講中文。

■填空題

(1) không thể , được

(2) không thể , được

(3) có thể , được không

(4) được không

(5) không thể , được

15　　　　　　　　　P.063

■是非題

(1) ×　(2) ○　(3) ×　(4) ○　(5) ○

【中譯】

(2) 別來接我！

(4) 你快去吧！

(5) 小孩不能喝啤酒！

■重組題

(1) Đừng mua hoa lan, mua hoa hồng đi. / Đừng
　　mua hoa hồng, mua hoa lan đi.
　　別買蘭花，買玫瑰花吧！／別買玫瑰花，買蘭花
　　吧！

(2) Cuối tuần đi thăm ông bà đi.
　　週末去看爺爺奶奶吧！

(3) Đừng rời xa tôi.
　　別離開我！

(4) Em không được lái xe.
　　你不能開車！

(5) Đừng nhắn tin cho sếp.
　　別發訊息給上司！

16　　　　　　　　　P.066

■ 請寫出你聽到的感歎詞

(1) Bông hoa đẹp **ghê**!
　　花超漂亮！

(2) Mẹ ơi! Món này ngon **thật**.
　　媽媽呀！這道菜真好吃！

(3) Trời ơi! Lại quên không mang ví rồi.
　　天啊！又忘記帶錢包了！

(4) Cô ấy tốt **biết bao**!
　　她多麼地好啊！

(5) Mưa to **thế**!
　　雨下這麼大！

■填空題

(1) đẹp　(2) ngon　(3) xinh　(4) lãng mạn

(5) rộng

17　　　　　　　　　P.068

■填空題

(1) Vì , nên　(2) Vì , nên　(3) Nhờ , mà

(4) Tại vì , nên　(5) Bởi , nên

■聽力填空題

(1) mang tiền , quần áo　　(2) nuôi mèo
(3) thú vị , làm việc　　(4) tiểu thuyết , hấp dẫn
(5) đau đầu, đi ngủ

18　P.071

■填空題

(1) Nếu , thì　　(2) Kể cả , thì　　(3) Bất luận , thì
(4) Giá mà , thì

■是非題

(1) ✕　(2) ○　(3) ○　(4) ○

【中譯】

(2) 他雖然長得帥，但沒有女朋友。
(3) 早睡的話可以早起。
(5) 如果認真學習的話，我現在就能夠當律師了。

19　P.073

■填空題

(1) được　(2) bị　(3) bị　(4) được　(5) bị

■重組題

(1) Tôi được bạn mời sinh nhật.
　　我得到朋友的生日邀請。
(2) Hôm qua anh ấy bị tai nạn rồi.
　　昨天他發生交通事故了。
(3) Bạn học sinh kia bị mọi người chế giễu.
　　那個學生被諷刺。
(4) Tôi được mười điểm.
　　我得到滿分（直譯：我得到 10 點。）
(5) Quần áo được giặt sạch rồi.
　　衣物被洗乾淨了。

　　註 第 4 題中，因越南採用的教育評分制中，滿分為 10 點（非 100 分），故句中提到「得到 10 點」即等同「拿到滿分」之意。

20　P.076

■填空題

(1) không khí trong lành hơn
(2) thư giãn và ngủ ngon hơn

(3) cảm thấy cô đơn
(4) nhớ về bố mẹ của mình

■重組題

(1) Ăn mảnh làm cho chú ấy rất mất mặt.
　　自己一個人吃（被發現時）讓他很丟臉。
(2) Âm nhạc làm cho cuộc sống của con người tươi đẹp hơn.
　　音樂使人們的生活更美好。
(3) Ngửi mùi sầu riêng khiến cho tôi buồn nôn.
　　聞到榴槤味讓我想吐。
(4) Uống cà phê làm cho chúng ta tỉnh táo hơn.
　　喝咖啡讓我們更清醒。

Phần 3

01　P.079

■是非題

(1) ○　(2) ✕　(3) ○　(4) ✕　(5) ○

【中譯】

(1) 我們家有四個人。
(3) 這件禮物是我媽媽送的。
(5) 我妹妹說會晚點回來。

■重組題

(1) Tên của bạn là gì?
　　你叫什麼名字？
(2) Nghề nghiệp của bố mẹ tôi là nhân viên.
　　我父母的職業是職員。
(3) Đây là hoá đơn của anh.
　　這是你的帳單。
(4) Tôi sống ở kí túc xá của công ty.
　　我住在公司的宿舍。
(5) Cái này là của ai bạn biết không?
　　你知道這個是誰的嗎？

02　P.82

■連連看

(1) C　(2) E　(3) B　(4) A　(5) D

(1) Em cũng muốn trở nên chín chắn và tự do tiền bạc.

我也想要變得穩重並且得到財富自由。

(2) Xã hội bây giờ cũng đang dần dần phát triển.

現在的社會也在慢慢地發展。

(3) Bạo lực học đường cũng đang là vấn đề cần được quan tâm.

校園暴力也是一個值得關注的問題。

(4) Bị phủ nhận cũng là một cảm giác không dễ chịu chút nào.

被否定也是一種不好受的感覺。

(5) Phụ huynh cũng cần quan tâm đến sở thích của con cái.

家長也需要關心子女的愛好。

■選擇題

(1) ①　(2) ②　(3) ②　(4) ①　(5) ①
【中譯】
(1) 我哥哥是會計，我也是會計。
(2) 這所學校的學生都有好成績。
(3) 好人都有這個特點。
(4) 今天想吃什麼都不是問題，我都買單。
(5) 那個人也不是壞人，也可以相信他。

03 P.086

■是非題

(1) ○　(2) ○　(3) ×　(4) ○　(5) ×
【中譯】
(1) 我們可以問一句嗎？
(2) 這道菜我吃不了。
(4) 你不能在這抽菸。

■聽音檔回答問題

(1) Tôi có thể nói được một chút tiếng Việt.

我可以講一點越南語。

(2) Tôi đi được xe máy.

我可以騎機車。

(3) Tôi không chơi được bóng đá.

我不能玩足球。

(4) Tôi không thể nấu ăn.

我不能煮飯。

(5) Tôi ăn được món bún đậu mắm tôm của Việt Nam.

我能吃越南的豆腐蝦醬米線。

04 P.091

■選擇題

(1) ②　(2) ②　(3) ②　(4) ②　(5) ②
(1) 雄叔在哪？妳知道嗎？
(2) 在冰箱裡有兩顆西瓜，你拿出來吧！
(3) 就算發生任何事，家人永遠會陪在孩子身邊。
(4) 她早上在公司上班，晚上在家參加課外輔導課。
(5) 家裡有小孩子，所以任何人都不能在家裡抽菸。

■填空題

(1) ở, nhờ　(2) Tại　(3) vì　(4) Vì　(5) tại

05 P.096

■填空題

(1) điều　(2) chuyện　(3) điều　(4) việc

■是非題

(1) ○　(2) ○　(3) ○　(4) ×
【中譯】
(1) 非法買賣公寓是要坐牢的。
(2) 生意順利嗎？
(3) 這是大事，大家在作出決定之前要好好的商議。

06 P.098

■是非題

(1) ○　(2) ×　(3) ×　(4) ○　(5) ×
(1) 我和妹妹都愛好游泳。
(4) 這整個星期都下雨。

■翻譯題

(1) Tôi và anh ấy đều là nhân viên hành chính.
(2) Chúng ta đều là người trẻ tuổi.
(3) Mỗi sáng tôi đều uống một cốc cà phê.
(4) Quyển sách nào tôi cũng thích đọc.
(5) Những căn nhà này bán hết rồi.

07 P.101

■填空題

(1) Nghe thử　(2) làm thử　(3) thử học
(4) ăn thử　(5) uống thử

■重組題

(1) Cho mình mượn cái máy tính dùng thử.
借我試用一下電腦。

(2) Em sẽ thử phát biểu trong cuộc họp ngày mai.
我會在明天的會議中試著發表。

(3) Dù công việc này khó nhưng tôi vẫn muốn làm thử.
這份工作即使困難，但我還是想試一試。

(4) Mình muốn yêu thử một ai đó.
我想試著愛某個人。

(5) Em sẽ đi thử đôi giày anh tặng.
我會試穿一下你送的鞋子。

08　　　　　　　　P.105

■請依中文重寫下列的句子

(1) Cô ấy thích học ngoại ngữ, ví dụ như: tiếng Anh, tiếng Nhật, tiếng Hàn, tiếng Việt, tiếng Thái, v.v.

(2) Bình thường ở nhà tôi thích xem phim, chẳng hạn như: phim hài, phim tình cảm, phim hành động, v.v.

(3) Ông ấy thích nhiều màu, thí dụ như: màu đen, màu xanh, màu hồng, màu vàng, màu nâu, v.v.

(4) Việt Nam có nhiều biển, chẳng hạn như: biển Nha Trang, biển Mỹ Khê, biển Vũng Tàu, biển Mũi Né, biển Phú Quốc, v.v. là những bãi biển đẹp.

(5) Trẻ em nên học các môn thể dục, ví dụ như: học bơi, học võ, học nhảy, v.v.

■重組題

(1) Nhà bà tôi trồng rất nhiều rau, thí dụ như: rau muống, rau cải bắp, rau mùi.
我的外婆家有種很多種蔬菜，例如：空心菜、高麗菜、香菜…。

(2) Hàng ngày em ấy uống rất nhiều loại vitamin, ví dụ: vitamin C, vitamin B, vitamin E.
她每天服用各種維他命，例如：維他命 C、維他

命 B、維他命 E…。

(3) Tôi có nhiều sở thích, ví dụ: leo núi, tập gym, đọc sách v.v.
我有很多愛好，例如：爬山、健身、閱讀等等…。

(4) Buổi sáng người Việt thường ăn các món, chẳng hạn như: bánh mì, bún, phở.
越南人早上常吃的菜，例如：法國大麵包、米線、河粉。

(5) Người Việt Nam thường mua sắm trên các phần mềm, ví dụ như : shopee, lazad A.
越南人常在各種網購平台購物，例如：shopee、lazada…。

09　　　　　　　　P.108

■是非題

(1) ×　(2) ○　(3) ×　(4) ○　(5) ○

【中譯】

(2) 我們想吃韓式料理。

(4) 請告訴我是要還是不要。

(5) 我今晚要早睡。

■重組題

(1) Ngày mai em muốn đi đâu chơi?
你明天想去哪裡玩？

(2) Bố mẹ muốn tôi trở thành kỹ sư.
父母要我成為技師。

(3) Ở đây tôi không thể làm những gì mình muốn.
在這裡我不能做我想要做的事。

(4) Xin lỗi, em muốn hỏi một chút.
不好意思，我想問一下。

(5) Sáng mai anh muốn dậy muộn.
我明早要晚起。

10　　　　　　　　P.111

■是非題

(1) ○　(2) ×　(3) ○　(4) ○　(5) ×

【中譯】

(1) 越南人喜歡在每道菜裡都擠入檸檬汁。

(3) 我們在夏天時最喜歡吃冰淇淋。

(4) 難過的時候，我喜歡大聲的唱歌。

■聽力填空題

(1) thích, không　(2) thích, thích　(3) thích

(4) không　(5) thích

11　P.114

■選擇題

(1) ②　(2) ④　(3) ①　(4) ④　(5) ①

【中譯】

(1) 妳不要再說了。

(2) 孩子你需要買新的電腦嗎？

(3) 我還需要再買書還有日常用品。

(4) 從明天開始妳不用再來這裡幫忙了。

(5) 做任何事都需要堅持到底。

■翻譯題

(1) Xin hỏi bạn cần gì?

(2) Cần chuẩn bị trước cái gì?

(3) Con gái trước khi đi du lịch cần chuẩn bị rất nhiều đồ.

(4) Chúng tôi không cần mua lò vi sóng.

(5) Đủ rồi, không cần mua nữa!

12　P.117

■連連看

(1) D　(2) A　(3) E　(4) B　(5) C

【中譯】

(1) Đầu năm gia đình tôi định đi chùa cúng bái.
我們家年初時打算去寺廟祭拜。

(2) Họ cưới nhau lâu rồi nhưng không định có con.
他們結婚很久了，但不打算要孩子。

(3) Học sinh định đăng ký thi năng lực tiếng Việt.
學生們打算報名越南語能力檢定。

(4) Anh có dự định vay tiền ngân hàng để mua nhà không?
你打算借銀行的錢買房子嗎？

(5) Họ định chia tay nhau vì không có thời gian ở bên nhau.

因為沒有時間在一起，所以打算分手。

■重組題

(1) Tôi định ăn xong đi ngủ trưa.
我打算飯後去睡午覺。

(2) Công ty dự định tuyển thêm nhân viên.
公司打算再招聘人員。

(3) Họ đã dự định chuyển chỗ làm.
他們已經打算換工作了。

(4) Tối mai chúng tôi không có dự định gì.
我們明晚沒有什麼打算。

(5) Chị hàng xóm dự định xây nhà năm tầng.
鄰居的姊姊打算蓋五層樓的房子。

13　P.121

■是非題

(1) ○　(2) ×　(3) ○　(4) ○　(5) ○

【中譯】

(1) 為了成為好人，即使是小事我們也應該每天從做好事開始。

(3) 她為了搏得他人的關心而佯裝脆弱。

(4) 為了寫這份報告，我熬夜了一整晚。

(5) 他們為了獲得歌曲的創作靈感走遍了許多地方。

■選擇題

(1) ①　(2) ①　(3) ②　(4) ②　(5) ①

【中譯】

(1) 他因為誰受苦了？

(2) 他因為等一下要去踢球，所以今天穿了這雙鞋子。

(3) 他們為了變得富有，已竭盡全力工作。

(4) 我來這家店一邊是為了喝咖啡，一邊是為了聽音樂。

(5) 因為突然下起大雨，所以我回不了家。

14　P.124

■填空題

(1) cấm　(2) không được　(3) cấm　(4) Đừng

(5) đừng

■連連看

(1) B　(2) A　(3) E　(4) C　(5) D

【中譯】

(1) Bạn đừng làm phiền em gái tôi nữa.

你別再打擾我妹妹了。

(2) Trời lại bắt đầu lạnh rồi, em mong mùa đông đừng đến.

天又開始冷了，我希望冬天別來。

(3) Đừng ăn sáng nhé! Tớ đã mua bánh mì cho cậu rồi, lát tớ mang đến.

別吃早餐哦！我已經買麵包了，等一下給你送過去。

(4) Tại sao các anh cấm không cho chúng tôi vào?

你們為什麼禁止我們進入？

(5) Cấm buôn bán hàng giả.

禁止買賣仿冒品。

15　P.128

■是非題

(1) ○　(2) ×　(3) ×　(4) ○　(5) ×

【中譯】

(1) 請叫我梅姊好了。

(4) 請大家安靜。

■選擇題

(1) ①　(2) ①　(3) ②　(4) ②　(5) ②

【中譯】

(1) 請王哥站起來發表。

(2) 請你解釋關於昨天的傳言。

(3) 努力實現自己的夢想吧！

(4) 請你的朋友一同參加乒乓球比賽吧！

(5) 讓我們用掌聲來歡迎各位嘉賓的蒞臨。

16　P.130

■是非題

(1) ○　(2) ○　(3) ×　(4) ×　(5) ○

【中譯】

(1) 快點把故事從頭到尾都講給伯伯聽。

(2) 雨季從六月開始直到九月。

(5) 春節時，大家常從初一到初三去拜年。

■填空題

(1) 8 giờ, 10 giờ

(2) phương Bắc, phương Nam

(3) 20, 26

(4) sáng hôm trước, sáng hôm sau

(5) sáng, đêm

17　P.134

■填空題

(1) đến　(2) đến　(3) đi　(4) đi, đi

(5) qua / sang / đến

■翻譯題

(1) Cuối tuần đi bảo tàng tham quan không?

(2) Tôi đến xem cá voi biểu diễn.

(3) Bạn đi nhanh quá!

(4) Khi nào qua / đến / sang Hàn Quốc du lịch thế?

(5) Sao bạn vẫn chưa qua / sang / đến?

18　P.139

■填空題

(1) vào　(2) ra　(3) lên　(4) xuống

■翻譯題

(1) Chị Hồng nhớ đã cho máy tính vào trong túi.

(2) Chúng tôi xuống tầng hầm gửi xe.

(3) Lên tầng hai rồi rẽ phải là đến.

(4) Tôi phải bay ra Hà Nội một chuyến.

19　P.141

■是非題

(1) ○　(2) ×　(3) ○　(4) ○　(5) ×

【中譯】

(1) 我的衣服破了個洞。

(3) 為什麼大家還是被他欺騙呢？

(4) 他昨天被女朋友甩了。

■重組題

(1) Mình bị đau chân.

我腳痛。

(2) Tôi bị sếp sa thải sáng nay.

我今天早上被老闆炒魷魚了。

(3) Cái cốc uống trà bị tôi làm vỡ rồi.

茶杯被我打破了。

(4) Con chó bị người ta bắt trộm rồi.

狗被人家偷了。

(5) Khi còn nhỏ ai cũng từng bị mẹ đánh.

小的時候，大家都曾被媽媽打過。

20 P.145

■是非題

(1) ×　(2) ×　(3) ○　(4) ○　(5) ○

【中譯】

(3) 幫我開個燈。（直譯：給我開個燈）

(4) 各貧戶都收到了政府發放的衣服和米。

(5) 可以借你的手機給我一下嗎？（直譯：給我借一下你的手機可以嗎？）

■選擇題

(1) ①　(2) ②　(3) ②　(4) ②　(5) ②

【中譯】

(1) Cho quần áo không mặc tới vào cái túi để chị đem cho người nghèo.

不穿的衣服放在這個袋子裡，我拿去給貧窮的人。

(2) Mọi người đã hy sinh cho công ty rất nhiều thứ, mọi người vất vả rồi!

大家已為了公司犧牲許多，都辛苦了。

(3) Nói cho bọn anh biết sự thật đi.

告訴我們事實吧。

(4) Dạo gần đây tôi dành nhiều thời gian hơn để kiếm niềm vui cho mình.

我最近常抽空，讓自己尋找快樂。

(5) Không ai có thể phủ nhận sức mạnh mà đồng tiền mang lại cho cuộc sống.

沒有人可以否定金錢帶給生活的力量。

21 P.149

■重組題

(1) Nhắm mắt một cái em ấy đã trở thành người lớn.

轉眼間她已經長大成人了。

(2) Trở thành người tốt là một chuyện rất khó.

成為好人是很難的事。

(3) Chúng tôi muốn trở nên giàu có hơn.

我們想要變得更有錢。

(4) Không có lính cứu hoả thì nơi đây biến thành tro rồi.

沒有消防員的話，這裡恐怕就已經燒成灰燼了。

(5) Chính anh ấy đã biến tôi thành người lương thiện.

正是他把我陶冶成一個善良的人。

■填空題

(1) trở nên　(2) biến thành　(3) trở thành

(4) trở thành　(5) trở nên

22 P.152

■填空題

(1) và　(2) và　(3) với　(4) và　(5) với

■重組題

(1) Trong ví của tôi chỉ còn một tờ hai trăm và một tờ năm chục.

我的錢包裡只剩下一張兩百和一張五十的鈔票。

(2) Ăn gà rán với cô-ca là ngon nhất.

炸雞和可樂一起吃是最好吃的。

(3) Em muốn giải thích với anh chuyện hôm qua.

我想跟你解釋昨天的事。

(4) Sài Gòn chỉ có mùa mưa và mùa khô.

西貢只有雨季和旱季。

(5) Tiếng xe máy và ô tô ngoài đường rất to nên tôi không ngủ được.

外面的機車和汽車的噪音很大聲，所以我睡不著。

註 關於第 1 題提到的「兩百」及「五十」，以越盾來說，指的是 200.000 及 50.000 盾。

23 P.155

■是非題

(1) ○　(2) ×　(3) ×　(4) ○　(5) ○

【中譯】

(1) 通常男人不喜歡跟女人一起去購物。

(4) 別怕！成功總是伴隨著失敗。

(5) 這道菜跟生薑一起炒會更好吃。

■重組題

(1) Trưa nay tôi ăn cơm cùng thịt gà.

我今天中午吃了飯和雞肉。

(2) Tôi đi sở thú cùng bạn cùng lớp.

我跟同學一起去動物園。

(3) Phở ăn cùng với quẩy mới ngon.

河粉跟油條要一起吃才好吃。

(4) Em ấy sống cùng với ông bà bố mẹ.

她跟爺爺奶奶和父母一起住。

(5) Chúng tôi muốn cùng nhau đi du lịch khắp thế giới.

我們想一起環遊世界。

24   P.158

■是非題

(1) ○   (2) ×   (3) ×   (4) ×   (5) ○

【中譯】

(1) 他一人養孩子，身兼母職（直譯：又是爸爸又是媽媽。）

(5) 邊吃邊喝水對胃不好。

■請使用「vừa ... vừa ...」的句型重寫句子

(1) Cô ấy vừa hiền vừa thông minh.

她又慈祥又聰明。

(2) Bây giờ ông ấy vừa đang gọi điện cho con gái vừa chơi bài.

現在他正在一邊給女兒打電話一邊玩牌。

(3) Anh ấy vừa là người bố tốt vừa là người sếp giỏi.

他既是一個好爸爸，又是一個能幹的經理。

(4) Em ấy vừa đi học vừa làm thêm ở quán cà phê.

她一邊上學，一邊在咖啡廳打工。

(5) Con mèo vừa béo vừa đáng yêu.

貓又胖又可愛。

25   P.161

■請依中文用「（hoặc là ~）hoặc là」的句型重寫句子

(1) Bữa tối em ăn cơm rang hoặc là mỳ tôm.

(2) Hoặc là ngày mai nghỉ việc hoặc là ngày mai nộp báo cáo.

(3) Hoặc là tha thứ cho lỗi lầm của anh hoặc là chúng ta sẽ chia tay mãi mãi.

(4) Kiên trì đến cùng hoặc là đừng làm.

(5) Họ định kinh doanh quần áo hoặc giầy dép.

■填空題

(1) rau cải ngọt, rau muống

(2) tôi ở lại

(3) gọi điện, gửi mail

(4) Hôm nay, ngày mai

(5) hai mươi triệu, hai mươi lăm triệu

26   P.164

■是非題

(1) ×   (2) ○   (3) ○   (4) ×   (5) ○

【中譯】

(2) 你在大雨天的時候要去哪？

(3) 我爸在弟弟哭泣時大聲吆喝。

(5) 桃花在仲春時節盛開。

■重組題

(1) Lúc bé tôi thường đi thả diều giữa trưa.

小的時候，我常在正午時去放風箏。

(2) Họ gặp nhau ở giữa đường.

他們在半路上遇見。

(3) Giữa rừng có một con hổ đang bị thương.

森林裡有一隻受了傷的老虎。

(4) Hai nước có một mối quan hệ mật thiết với nhau.

兩國之間有著密切的關係。

(5) Chị Lan ngủ gật giữa lúc đang làm việc.

蘭姊在上班時打瞌睡。

■ 是非題

(1) ✕　(2) ◯　(3) ✕　(4) ✕　(5) ◯

【中譯】

(2) 上了大學了，你想先買機車還是先買電腦？

(5) 還是妳可以算便宜二百萬盾嗎？

■ 填空題

(1) Hay　(2) hay / hay là　(3) hay　(4) Hay là

(5) Hay là

■ 連連看

(1) E　(2) D　(3) C　(4) A　(5) B

(1) Con không còn tiền tiêu vặt.

　　我沒有零用錢了。

(2) Tết năm nay không còn vui như ngày xưa nữa.

　　今年的春節沒有以前那麼快樂了。

(3) Tôi rất ít nói, còn em tôi lại nói nhiều.

　　我話很少，而我弟弟卻話很多。

(4) Em vẫn bình thường, còn chị?

　　我還好，妳呢？

(5) Tiếng Việt còn dễ hơn tiếng Nhật.

　　越南語還比日語容易。

■ 選擇題

(1) ①　(2) ①　(3) ②　(4) ②　(5) ①

(1) Sự việc lần này còn liên luỵ đến cả người thân trong gia đình.

　　這次的事情還連累了親人。

(2) Vẫn còn hai tiếng nữa mới đến giờ lên máy bay.

　　還有兩個小時才到登機時間。

(3) Cho mình hỏi, nhà hàng mình còn bàn cho bốn người không?

　　請問一下，我們餐廳還有四人桌嗎？

(4) Nó vẫn còn chưa tỉnh ngủ.

　　他還沒有睡醒。

(5) Anh Lý tối nay đến, còn anh Hải tuần sau mới bay qua đây.

　　理哥今晚到，而海哥下星期才飛過來。

■ 請用 không chỉ / không những ... mà còn ... 的句子重新完成句子

(1) Anh trai tôi không chỉ / không những biết chơi đàn mà còn biết hát.

　　我哥哥不僅／不但會彈琴，而且還會唱歌。

(2) Món Nhật không chỉ / không những ngon mà còn tốt cho sức khoẻ.

　　日本料理不僅／不但好吃，而且還有益健康。

(3) Yoga không chỉ / không những tốt cho sức khoẻ mà còn làm cho con người trẻ lâu.

　　做瑜伽不僅／不但對身體好，而且還能讓常保年輕。

(4) Thời tiết ngày mai không chỉ / không những có mưa bão to mà còn lạnh.

　　明天的天氣不僅／不但有暴風雨，而且還會很冷。

(5) Bộ váy này không chỉ / không những làm cho em toả sáng mà còn có sức hấp dẫn.

　　這身裙子不僅／不但能讓妳閃亮動人，而且還讓妳魅力四射。

■ 重組題

(1) Anh ấy không chỉ hài hước mà còn rất biết ăn nói.

　　他不僅幽默，而且還能言擅道。

(2) Căn nhà này không những cũ mà còn xấu.

　　這間房子不但老舊，而且還外觀醜陋。

(3) Bà ngoại tôi không những nuôi chó mà còn nuôi mèo.

　　我外婆不但養狗，而且還養貓。

(4) Thời tiết Đà Lạt không những đẹp mà đồ ăn còn ngon.

　　大勒不但天氣好，而且東西相當美味。

(5) Trời không những nóng mà còn ẩm.

　　天候不但熱，而且還很潮濕。

■ 填空題

(1) mấy / bao nhiêu　(2) mấy / bao nhiêu

(3) Mấy   (4) bao nhiêu

■請造出疑問句

(1) Số điện thoại của bạn là bao nhiêu?
你的電話號碼是幾號？

(2) Em gái bạn bị ốm mấy ngày rồi?
你妹妹生病幾天了？

(3) Em muốn mua mấy cân thịt ba chỉ?
你要買幾公斤五花肉？

(4) Nhà bạn rộng bao nhiêu mét vuông?
你家是多少平方公尺？

31   P.180

■是非題

(1) ×   (2) ○   (3) ○   (4) ×   (5) ○

【中譯】

(2) 按下不放約三秒後，熱水就會流出。

(3) 這幅畫已在博物館掛了二十年了。

(5) 他們相愛大概八年了。

■重組題

(1) Mỗi ngày chị Hà ngủ khoảng bảy tiếng.
霞姊每天睡覺大概七個小時。

(2) Anh ấy nợ ngân hàng chừng hai tỉ.
他欠銀行大概 20 億（盾）。

(3) Tôi mới mua căn nhà rộng khoảng bảy mươi
mét vuông.
我剛買一套大約 70 平方公尺的房子。

(4) Chị ấy trông có vẻ khoảng bốn mươi tuổi.
她看起來大約 40 歲左右。

(5) Cuộc phẫu thuật kéo dài độ năm tiếng đồng
hồ.
手術持續大概五個鐘頭。

32   P.184

■選擇題

(1) ③   (2) ④   (3) ①   (4) ③   (5) ④

【中譯】

(1) 等我三十分鐘，路上太塞了。

(2) 這家咖啡廳沒有太多人。

(3) 別去，很危險！

(4) 我今天很忙，沒有時間見面。

(5) 我太累了，分手吧！

■填空題

(1) thối   (2) hay   (3) ồn ào   (4) cay   (5) rộng

33   P.187

■是非題

(1) ○   (2) ×   (3) ○   (4) ○   (5) ○

【中譯】

(1) 越愛越深。

註 「nhắm mắt làm ngơ」指一心的深愛並保全
對方的情況。

(3) 想要知道別人在想什麼，讀越多心理學的書越
好。

(4) 我越來越喜歡動物。

(5) （女）老師教孩子：「越怕就越要面對。」

■填空題

(1) không muốn kết hôn

(2) lớn, hiểu chuyện

(3) thân, hài hước

(4) lạnh

(5) hầm lâu, ngon

34   P.190

■連連看

(1) C   (2) B   (3) E   (4) D   (5) A

【中譯】

(1) Quan trọng nhất là nhân cách và đạo đức làm
người.
最看重的是人格和懂得做人的道理。

(2) Em trai tôi ăn khoẻ nhất nhà.
我弟弟是家裡最能吃的人。

(3) Anh Hoàng là người có năng lực làm việc
nhất trong công ty.
黃哥是公司裡最有才能的人。

(4) Thành phố nào lớn nhất Việt Nam?
哪座城市是越南最大的城市呢？

(5) Con mèo thích ăn cá nhất.
貓最喜歡吃魚。

■翻譯題

(1) Tôi thích nhất uống nước dừa.

(2) Người hiểu anh ấy nhất là bố anh ấy.

(3) Diễn viên bạn thích nhất là ai?

(4) Siêu thị này gần nhà chúng tôi nhất.

(5) Đây là phòng có diện tích to nhất.

35　　　　　　P.193

■填空題

(1) thêm　(2) nữa　(3) nữa　(4) nữa

(5) thêm, nữa

■重組題

(1) Họ buồn vì không được gặp nhau nữa.

因為無法再相見了，所以他們感到很傷心。

(2) Nói to nữa lên.

再大聲一點。

(3) Ngữ pháp của tiếng Việt rất dễ nên không phải học nữa.

越南語的語法很簡單，所以不用再學。

(4) Em muốn ăn thì cứ ăn nữa đi.

你想吃就繼續吃吧！

(5) Đừng ngủ ở ghế sô pha nữa.

不要再睡在沙發上了。

36　　　　　　P.197

■填空題

(1) Xong　(2) xong　(3) hết　(4) hết　(5) hết

■是非題

(1) ○　(2) ×　(3) ×　(4) ×　(5) ○

【中譯】

(1) 你昨晚有看完決賽嗎？

(5) 我已經浪費了一整個下午在等妳！妳為什麼放我鴿子？

37　　　　　　P.199

■選擇題

(1) ①　(2) ②　(3) ①　(4) ②　(5) ①

【中譯】

(1) Thậm chí những người này còn không xin được việc làm.

這些人甚至還找不到工作。

(2) Họ khá là vô tâm, thậm chí mặc kệ con cái khóc thế nào cũng không dỗ dành.

他們比較不用心帶孩子，甚至不管孩子哭成怎樣都不聞不問。

(3) Bạn kia xinh chưa, thậm chí xinh hơn cả hotgirl nổi tiếng trên mạng.

那個女孩子好漂亮啊，甚至比出名的網紅都還要漂亮。

(4) Đất ở đây xấu quá, thậm chí không trồng được cây.

這裡土質不好，甚至於無法種植。

(5) Thậm chí cô ấy chưa một lần đi du lịch.

她甚至從未出去旅遊過。

■連連看

(1) C　(2) B　(3) A　(4) D　(5) E

【中譯】

(1) Công việc đối với anh ấy rất quan trọng, thậm chí có thể khiến anh ấy quên ăn quên ngủ.

工作對他來說非常重要，甚至可以讓他廢寢忘食。

(2) Chất lượng của đồ rẻ thậm chí ngang bằng với đồ đắt tiền.

便宜貨的品質甚至與昂貴品不相上下。

(3) Cây này không cần tưới nhiều nước, thậm chí ba ngày tưới một lần cũng được.

這棵樹不需多次澆水，甚至三天澆一次水也可以。

(4) Thậm chí xem một bộ phim cảm động cũng làm cho cô ấy khóc cả ngày.

她甚至看一部感人的電影也可以哭一整天。

(5) Công việc này thậm chí nguy hiểm đến tính mạng.

這份工作甚至會危及性命。

38 P.202

■選擇題

(1) ② (2) ① (3) ② (4) ① (5) ②

【中譯】

(1) Cậu thích sống ở nước nào hơn?
你較喜歡生活在哪個國家？

(2) Em giống bố hơn hay giống mẹ hơn?
你像爸爸還是更像媽媽呢？

(3) Bài thuyết trình của người cuối cùng có sức thuyết phục hơn của những người khác.
最後一個人的演講比其他人的更有說服力。

(4) Khi chia tay, người bị đá thường sẽ đau khổ hơn người chủ động chia tay.
分手時，被甩的人通常比主動分手的人更加痛苦。

(5) Bạn thích xem phim Hàn hơn hay phim Mỹ hơn?
你更喜歡看韓劇還是美劇？

■連連看

(1) C (2) B (3) D (4) E (5) A

【中譯】

(1) Con nào đẹp hơn, chọn giúp em một con.
哪隻比較好看，幫我選一隻吧！

(2) Đôi giầy màu be đẹp hơn đôi màu đen.
米色的那雙鞋子比黑色的那雙好看。

(3) Khi buồn tôi ở một mình sẽ đỡ buồn hơn.
我傷心的時候，自己一個人會更好。

(4) Vừa học vừa làm thêm thì sẽ có tiền để chi trả tiền nhà và học phí.
一邊上學一邊打工的話，就會有錢支付房租和學費。

(5) Chị Hoa hợp với anh hơn chị Hồng.
花小姐比紅小姐更適合你。

39 P.205

■是非題

(1) × (2) ○ (3) ○ (4) ○ (5) ○

【中譯】

(2) 比起秋天，夏天更熱。

(3) 比起你們，我什麼都不是。

(4) 與其倒下後等待別人來幫忙，不如站起來繼續走下去。

(5) 跟昨天相比，今天收到的錢不算什麼。

■重組題

(1) Con gái tôi học giỏi hơn so với các anh nó.
我女兒學得比她的哥哥們還要好。

(2) Chuyện này không là gì so với chuyện bị chửi trước mặt mọi người.
跟在大家面前挨罵相比，這件事算不了什麼。

(3) Trên núi lạnh hơn so với biển.
山上比海邊要冷。

(4) Công việc giao hàng mệt hơn so với tôi nghĩ.
送貨的工作比我想像的要難。

(5) Kinh tế của Hồ Chí Minh phát triển hơn so với Hà Nội.
胡志明市的經濟發展的比河內更好。

40 P.208

■填空題

(1) phần mềm Zoom (2) tin nhắn

(3) bộ phim này (4) mạng

(5) công ty bất động sản

■是非題

(1) × (2) × (3) × (4) ○ (5) ×

【中譯】

(4) 透過他臉上的表情，誰都能猜到結果。

41 P.212

■重組題

(1) Người Tây ăn cơm bằng gì?
西方人用什麼餐具吃飯呢？

(2) Tủ quần áo làm bằng gỗ.
衣櫃是用木頭製作的。

(3) Anh mua cái này bằng tiền của mình.
我用自己的錢買了這個。

(4) Nấu xôi bằng gạo nếp.
糯米飯用糯米煮的。

■填空題

(1) xe buýt　(2) máy ảnh　(3) tay　(4) tiền mặt

42　　　　　　P.215

■填空題

(1) chưa　(2) không　(3) chưa　(4) không, chưa

■聽音檔回答問題

(1) Tôi giặt quần áo rồi.

　　我洗好衣服了。

(2) Mình chưa ăn thử món chả cá Hà Nội.

　　我還沒吃過河內的煎魚餅。

(3) Mình đã đi tham quan phố cổ Hội An rồi.

　　我已參觀過會安古鎮。

43　　　　　　P.218

■是非題

(1) ×　(2) ○　(3) ×　(4) ×　(5) ○

【中譯】

(2) 今天的結局才是他們不想要的。

(5) 剛才有客人來我家。

■填空題

(1) đã　(2) mới, mới　(3) Sắp　(4) Chỉ có

(5) mới, có

44　　　　　　P.221

■填空題

(1) đang　(2) đang　(3) đã　(4) Đã　(5) đang

■連連看

(1) B　(2) E　(3) A　(4) C　(5) D

【中譯】

(1) Các em ấy đang chăm chú nghe giảng.

　　他們在認真聽課。

(2) Chị Hoa đang định tỏ tình thì nhân viên giao đồ ăn đến gõ cửa.

　　花姊正打算表白的時候，外送員就到了並敲了門。

(3) Cái bàn này đang bẩn, để mình lau đã hẵng ngồi.

這張桌子較髒，我擦一擦再坐。

(4) Ở đây đang bắn pháo hoa.

　　這裡正在放煙火。

(5) Nó đang ở thời kỳ trưởng thành nên mọc nhiều mụn.

　　因為是青春期，所以長了很多痘痘。

45　　　　　　P.225

■是非題

(1) ×　(2) ×　(3) ○　(4) ○　(5) ○

【中譯】

(3) 購物中心一間間地建造起來。

(4) 他們曾經出過車禍。

(5) 娥姊從未去過歐洲。

■重組題

(1) Tôi chưa từng ăn mắm tôm.

　　我從未吃過蝦醬。

(2) Bạn đã từng cắm trại trên núi chưa?

　　你曾在山上露營過嗎？

(3) Anh ấy đã từng bán đứng chúng tôi.

　　他曾經出賣我們。

(4) Chị Mai từng yêu người nước ngoài.

　　梅姊曾愛過外國人。

(5) Bạn đã từng đi tham quan thành phố nào?

　　你曾經去哪座城市參觀過？

46　　　　　　P.228

■選擇題

(1) ②　(2) ①　(3) ②　(4) ①　(5) ①

【中譯】

(1) Phải xếp hàng đã vì bên trong không còn bàn.

　　因為裡面沒有空桌，所以要先排隊。

(2) Con chó đã ngồi suốt một tiếng đồng hồ chờ chủ nhân của nó.

　　狗一直坐著等牠的主人等了一個小時。

(3) Ăn cho đã, đã có người chiêu đãi.

　　有人招待，就盡情地吃吧！

(4) Nói chuyện với tôi một lúc đã rồi vào họp sau.

跟我聊一下再進去開會。

(5) Tôi đã nói là làm.

我說過的話一定會做到。

■是非題

(1) ◯　(2) ×　(3) ◯　(4) ◯　(5) ×

【中譯】

(1) 我之前就警告過妳，妳為什麼不肯相信。

(3) 他才是個小學生而已，讓他玩得盡興點吧！

(4) 這台電腦從上個星期就已經壞了。

47　　　　　　　P.231

■填空題

(1) ngay　(2) sắp　(3) sắp　(4) ngay

■翻譯題

(1) Trời sắp mưa rồi!

(2) Hễ về đến nhà là tôi đi tắm ngay.

(3) Nếu tiếp tục thế này thì anh ấy sẽ đá tôi ngay.

48　　　　　　　P.234

■填空題

(1) khi　(2) lúc　(3) lúc　(4) lúc

■重組題

(1) Lúc tắm ông ấy thường nghe nhạc.

他洗澡的時候常聽音樂。

(2) Lúc thất vọng bạn sẽ làm gì?

失望的時候你都會做什麼？

(3) Cuối tuần cầu Rồng phun lửa vào lúc 9 giờ tối.

龍橋將在週末晚上九點噴火。

(4) Khi học đại học mình đã yêu một người.

上大學的時候我就已經愛上一個人了。

49　　　　　　　P.237

■是非題

(1) ◯　(2) ×　(3) ×　(4) ◯

【中譯】

(1) 如果大家沒意見了我們就散會。

(4) 有什麼事回家後再說。

■重組題

(1) Tôi đã giải thích với cô ấy rồi.

我已經跟她解釋過了。

(2) Chúng tôi đã hiểu hết rồi.

我們全都明白了。

(3) Nghỉ rồi mới thông báo cho giám đốc là không được.

自行放假後才通知經理是不行的。

(4) Đọc hết quyển này rồi đọc quyển khác.

讀完這本後再讀其他本。

50　　　　　　　P.239

■選擇題

(1) ②　(2) ①　(3) ④　(4) ③　(5) ④

【中譯】

(1) 你就在家裡等，我會去接你。

(2) 有什麼事就問班導師，他會回答你。

(3) 你頭痛的話就吃藥然後躺下休息吧，別工作了。

(4) 你為什麼一直跟著我？

(5) 一直堅持到底的話就會成功。

■重組題

(1) Thích gì cứ mua đi.

喜歡什麼就買吧！

(2) Khách hàng cứ đòi gặp giám đốc.

客戶一直要求要見經理。

(3) Cứ đi thẳng hai trăm mét rồi rẽ trái.

繼續直走二百公尺後左轉。

(4) Em cứ làm một công việc mà mình cảm thấy thích là được.

你就做你覺得喜歡的一份工作就好了。

(5) Em cứ ngồi đây chờ anh. / Anh cứ ngồi đây chờ em.

妳就坐在這等我。／你就坐在這等我。

51　　　　　　　P.243

■選擇題

(1) ②　(2) ①　(3) ②　(4) ①／③　(5) ①

【中譯】

(1) 越南人常在人行道上停車。

(2) 他因為經常喝過多的水和咖啡，所以晚上常失眠。

(3) 她睡得很深沉，不會時常說夢話。

(4) 你常說的口頭禪是什麼呢？

(5) 經常喝水對皮膚好。

■重組題

(1) Tôi không có thói quen thường xuyên vận động.

我沒有經常運動的習慣。

(2) Em ấy hay vượt đèn đỏ lắm.

他經常闖紅燈。

(3) Họ cãi nhau thường xuyên.

他們經常吵架。

(4) Con gái thường bôi kem dưỡng da trước khi đi ngủ.

女孩在睡前常擦乳液。

(5) Tôi không hay hỏi tuổi người khác lắm.

我不常問別人的年齡。

52　　　　　P.247

■是非題

(1) ×　(2) ×　(3) ○　(4) ○　(5) ○

【中譯】

(3) 我家人一直都相信我。

(4) 當我穿上襪子再穿這雙鞋的時候總感覺很緊。

(5) 當他們感覺要下雨的時候總是會帶著雨傘。

■選擇題

(1) ②　(2) ①　(3) ①　(4) ①　(5) ①

【中譯】

(1) Chờ một chút, ăn cơm xong chị sẽ đi luôn.

等一下，我吃完飯後會直接離開。

(2) Tại sao anh luôn nói như vậy?

你為什麼總是這樣說？

(3) Phải làm gì khi luôn nghĩ đến một người?

當一直想念一個人的時候該做些什麼好？

(4) Các bạn ấy luôn nghịch điện thoại trong giờ học.

他們總是在課堂上滑手機。

(5) Anh mong em luôn có được hạnh phúc.

我希望妳永遠幸福。（直譯：我希望妳一直得到幸福。）

53　　　　　P.249

■是非題

(1) ○　(2) ○　(3) ×　(4) ○

【中譯】

(1) 這麼晚了你為什麼還沒睡？

(2) 我還沒吃晚飯？

(4) 你還有零用錢吧？

■重組題

(1) Anh vẫn rất yêu em / Em vẫn rất yêu anh.

我還是很愛妳／我還是很愛你。

(2) Năm nay em vẫn chưa tốt nghiệp.

我今年還沒畢業。

(3) Nó vẫn còn đang ngủ nướng.

他還在睡懶覺。

54　　　　　P.252

■是非題

(1) ×　(2) ○　(3) ×　(4) ○

【中譯】

(2) 因為嘴饞想吃辣，所以做菜時我已放很多辣椒進去。

(4) 他現在去買花，因為明天是情人節。

■選擇題

(1) ②　(2) ②　(3) ③　(4) ②

【中譯】

(1) 別抽菸，因為菸對身體有害。

(2) 很多人問我為什麼不找新的女朋友？因為不想回應，我只是露出微笑不答。

(3) 身體正在成長，所以要多吃。

(4) 都是因為妳，所以我無法做自己喜歡的事。

55　　　　　P.254

■是非題

(1) ×　(2) ○　(3) ×　(4) ×　(5) ○

【中譯】

(2) 大勒的早上冷還有很多霧。因此去旅行時應該帶

外套。

(5) 我妹妹準備上小學，因此我會送她一套新的衣服。

■ 請使用「vì vậy」或「vì thế」重寫句子

(1) Anh trai tôi biết chơi đàn và biết hát. Vì vậy / Vì thế có rất nhiều cô gái theo đuổi anh ấy.
我哥哥會彈琴和唱歌。因此有很多女孩子在追他。

(2) Bố mẹ đi du lịch nước ngoài. Vì vậy / Vì thế, tôi ở nhà một mình.
父母去國外旅遊，因此我一個人在家。

(3) Dạo này tôi cảm thấy không khoẻ lắm. Vì vậy / Vì thế, tôi đã đi tập gym.
最近我覺得身體不太好，因此去健身了。

(4) Sài Gòn chỉ có hai mùa đó là mùa mưa và mùa khô, Vì vậy / Vì thế, Sài Gòn nóng quanh năm.
西貢只有兩個季節，那是雨季和旱季，因此西貢整年都很炎熱。

(5) Đồ ăn ở chợ rẻ và nhiều. Vì vậy / Vì thế, người Việt đi chợ mua đồ ăn nhiều hơn đi siêu thị.
市場的菜便宜還和多種，因此比起去超市，越南人比較常去市場買菜。

56 P.258

■ 是非題

(1) ○ (2) × (3) ○ (4) × (5) ○

【中譯】

(1) 因為是春節期間，所以大家穿越式長衫拍照。

(3) 因為錢不夠，所以我爸沒能購買公寓。

(5) 我的老闆因為今天有會議要開，所以來不了了。

■ 選擇題

(1) ① (2) ② (3) ① (4) ② (5) ①

【中譯】

(1) - Qua mày ngủ muộn à?
　　—昨天你睡得晚嗎？
　　- Ừ, nên tao mới không đến kịp.
　　—嗯，所以我才來不及。

(2) Được người mình thích tỏ tình nên cô ấy rất hạnh phúc.

得到了心上人的表白，所以她很幸福。

(3) Sở thích của tôi là leo núi nên tôi cố gắng đi leo núi mỗi tuần.
我的愛好是爬山，所以我儘量每週都去爬山。

(4) Ngày nào cũng bận nên bố mẹ không có thời gian chăm sóc con cái.
每天都忙，所以父母沒有時間照顧孩子。

(5) Mấy hôm nay có bão nên hàng vẫn chưa về.
這幾天有暴風雨，所以貨還沒到。

57 P.261

■ 連連看

(1) D (2) A (3) C (4) B (5) E

【中譯】

(1) Nếu muốn mọi người lắng nghe mình thì hãy lắng nghe người khác nói.
要想他人聆聽自己說的話，就先領聽別人說了些什麼。

(2) Giá mà ngủ dậy sớm thì đã không bị lỡ tàu điện.
早點起床的話就不會錯過電車了。

(3) Nếu họ gây rối hãy báo công an.
如果他們搞亂的話就報警。

(4) Giá như mùa đông ở đây cũng có lò sưởi tự động thì tốt biết mấy.
這裡的冬天也有自動暖爐的話該有多好。

(5) Nếu có nhiều thời gian thì tôi sẽ làm hai công việc.
如果時間充分的話，我就做兩份工作。

■ 選擇題

(1) ① (2) ② (3) ② (4) ②

【中譯】

(1) 你要是升職了的話，別忘了我們哦！

(2) 如果補充足夠的維他命，身體就會變得健康。

(3) 那套房子如果陽臺再大一點的話就很完美了。

(4) 如果時間能倒流的話該有多好。

58 P.263

■ 是非題

(1) × (2) ○ (3) × (4) ○ (5) ○

【中譯】

(2) 把手機藏起來，要不然媽媽會知道。

(4) 你先喝吧！否則我也不喝。

(5) 把門鎖好，不然會遭竊。

■填空題

(1) khát　(2) ướt hết bây giờ

(3) anh sẽ bị ngồi tù

(4) công an giao thông bắt đấy

(5) sẽ mọc mụn

59　　　　　　　　　P.266

■是非題

(1) ○　(2) ×　(3) ○　(4) ○　(5) ○

【中譯】

(1) 萬一吃不完就打包。

(3) 設定鬧鐘吧，萬一睡過頭怎麼辦？

(4) 很有可能這只是誤會一場而已。

(5) 這種藥一直吃下去，萬一不起作用的話就是很浪費錢的。

■填空題

(1) cô ấy không đến thì sao

(2) họ nhìn thấy

(3) tắc đường thì sao

(4) đau dạ dày thì sao

(5) sau này không có cơ hội thì sao

60　　　　　　　　　P.269

■是非題

(1) ×　(2) ○　(3) ○　(4) ○　(5) ×

【中譯】

(2) 我外婆每天只睡四個小時。

(3) 我買這輛機車僅二百萬盾而已。

(4) 他僅僅是帥而已，不是有趣的人。

■重組題

(1) Bạn tôi chỉ nuôi mèo thôi.
　　我朋友只養貓而已。

(2) Lương của tôi chỉ có mười hai triệu một tháng.
　　我一個月的薪水只有一千二百萬盾。

(3) Cả đời này anh ấy chỉ yêu duy nhất một người.
　　他這一生只愛唯一一人。

(4) Sau khi tan làm tôi chỉ mệt chứ không buồn ngủ.
　　下班之後，我只感到累而不睏。

(5) Một cái bánh mì kẹp thịt chỉ hai mươi nghìn đồng thôi.
　　一個越南法國麵包只要二十萬盾而已。

61　　　　　　　　　P.273

■是非題

(1) ×　(2) ○　(3) ○　(4) ×　(5) ○

【中譯】

(2) 雖然經常澆水，但是樹沒有長大。

(3) 雖然我喜歡花，但我未曾買過花。

(5) 他們雖然相距數千公里，但依然很相愛。

■重組題

(1) Tuy bé nhưng em ấy bị bắt nấu cơm.
　　她雖然年齡小，但被迫要煮飯。

(2) Tuy không có kinh nghiệm nhưng công ty có thể đào tạo.
　　雖然沒有經驗，但公司可以培訓。

(3) Mặc dù anh nghèo nhưng anh có thể làm tất cả vì em.
　　我雖然窮，但可以為你做一切。

(4) Tuy buồn ngủ nhưng tôi vẫn cố đọc sách hàng ngày.
　　雖然感到睏，但我還努力每天讀書。

(5) Tuy biết nhưng anh ấy không làm.
　　他雖然懂，但卻不去做。

62　　　　　　　　　P.276

■填空題

(1) Nếu, thì　(2) Mặc dù, nhưng

(3) Mặc dù, nhưng　(4) Vì, nên　(5) nhưng

■聽力填空題

(1) tôi vẫn đến công ty

(2) không thể nói ra

(3) không có ai nghe máy

(4) không có ai thích

(5) vẫn muốn uống nước lạnh

63 　　　　　P.279

■是非題

(1) ○　(2) ×　(3) ×　(4) ○

【中譯】

(1) 即使多吃了蔬菜，也還是會便秘。

(4) 雖然肉價降了，但蔬菜價格（還是）漲了。

■填空題

(1) Dù, nhưng　(2) Dù, thì　(3) Cho dù, thì

(4) dù

64 　　　　　P.281

■重組題

(1) Trong nhà tối om hình như không có ai ở nhà.
家裡黑漆漆的，好像沒有人在家。

(2) Tôi nghĩ gọi điện thoại có lẽ sẽ tốt hơn.
我想打電話可能會更好。

(3) Chắc anh ấy là người nước ngoài.
他可能是外國人。

(4) Hình như là chị ấy có hai đứa con trai rồi.
她好像有兩個兒子了。

(5) Cuối tuần này chắc chị không về đâu.
我這週末可能不回去的。

■翻譯題

(1) Sản phẩm này hình như bán hết rồi.

(2) Hai người họ chắc là anh em ruột.

(3) Vị giáo viên này có lẽ đến từ Châu Úc.

(4) Ngày mai hình như có bão.

(5) Hình như là như vậy.

65 　　　　　P.284

■是非題

(1) ○　(2) ×　(3) ×　(4) ○　(5) ○

【中譯】

(1) 難道他的病無法治好？

(4) 我隔了好久才回老家來看爺爺奶奶，難道不能
（多）留一個星期下來嗎？

(5) 難道你不想報仇嗎？

■重組題

(1) Chẳng lẽ bạn không tin mình à?
難道你不相信我嗎？

(2) Lẽ nào chỉ vì chuyện ấy mà bạn nổi giận?
難道你只是為了那件事在生氣嗎？

(3) Chẳng lẽ anh định cho bọn em leo cây à?
難道你打算放我們鴿子嗎？

(4) Chẳng lẽ em khóc suốt đêm sao?
難道你要哭一整晚嗎？

(5) Chẳng lẽ ti vi lại đưa sai tin tức?
難道電視新聞報錯了嗎？

66 　　　　　P.287

■連連看

(1) B　(2) A　(3) E　(4) D　(5) C

【中譯】

(1) Em quả nhiên không luyện tập nên kết quả
thi mới kém như vậy.
果然是因為你不複習，所以你的考試成績才會那
麼差。

(2) Sau hai lần hợp tác tôi biết khách hàng này
quả nhiên không phải người bình thường.
透過兩次合作的經驗後得知，這位客人果然不是
尋常的人。

(3) Không khí trên núi quả nhiên rất trong lành.
山上的空氣果然很清新。

(4) Kết hôn được 5 năm anh ấy quả nhiên đã
mua nhà mới.
結了五年的婚，他果然已經買了新房。

(5) Chị Hà quả nhiên không chấp nhận lấy người
đã từng có vợ.
霞姊果然不接受跟曾經有過婚姻的人結婚。

■是非題

(1) ○　(2) ×　(3) ○　(4) ×　(5) ○

【中譯】

(1) 這時候才去上班，果然是塞車了。

(3) 果然是成功者的思維。

(5) 他果然是內向的人。

67　P.290

■填空題

(1) chứ

(2) tất nhiên / dương nhiên / dĩ nhiên

(3) tất nhiên / dương nhiên / dĩ nhiên, rồi

(4) Tất nhiên / Dương nhiên / Dĩ nhiên

■重組題

(1) Đương nhiên là không có chuyện đó.
當然是沒有那件事囉！

(2) Mèo dĩ nhiên là thích ăn cá rồi.
貓自然是喜歡吃魚了。

(3) Món ăn này đương nhiên là làm từ thịt gà.
這道菜當然是用雞肉做的。

(4) Màu xanh tất nhiên là biểu tượng của hoà bình.
藍色自然是和平的象徵。

68　P.292

■是非題

(1) ○　(2) ○　(3) ×　(4) ○　(5) ×

【中譯】

(1) 不應該讓他久等。

(2) 大家都該準時上班。

(4) 我們應該為他考上大學的事感到高興。

■聽音檔回答問題

(1) Sau khi ăn no không nên nằm.
吃飽後不應該躺下。

(2) Muốn dậy sớm nên ngủ sớm.
想要早起應該早睡。

(3) Muốn nói giỏi tiếng Việt nên luyện nói hàng ngày.
想要把越南語講得好，每天應該練習口語。

(4) Trước khi ăn cơm nên rửa tay.
吃飯前應該洗手。

(5) Trong khi làm việc không nên làm việc riêng.
上班的時候不應該做私事。

69　P.295

■是非題

(1) ×　(2) ○　(3) ○　(4) ○　(5) ○

【中譯】

(2) 無論發生什麼事，記得打電話給我。

(3) 不管別人說什麼都別相信。

(4) 不論情況怎麼樣都要冷靜。

(5) 無論是富有還是貧窮，新郎都承諾不會拋棄新娘。

■填空題

(1) thế nào

(2) phải thử việc hai tháng

(3) ngày mai vẫn đi leo núi

(4) cũng đều gặp khó khăn

(5) mình cũng sẽ không bỏ cuộc

70　P.298

■是非題

(1) ○　(2) ○　(3) ○　(4) ○　(5) ×

【中譯】

(1) 他只是隨便說說而已，你竟然相信了。

(2) 馬上就要下雨了，竟然沒有傘或雨衣。

(3) 那個朋友那麼帥，居然還沒有女朋友。

(4) 他們辛苦十年了，竟然買不起一棟房子。

■選擇題

(1) ①　(2) ②　(3) ①　(4) ①　(5) ①

【中譯】

(1) 我有兩個姊姊。我的話少，但兩個姊姊的話多。

(2) 都長這麼大了，居然不會做飯嗎？

(3) 她一聽到傷心的音樂就想得很多，還會掉淚。

(4) 聞起來很臭，但吃進去又感覺很香是什麼水果？

(5) 我們學英語已學了十年了，但是／竟然還不會說！

71　P.302

■是非題

(1) ×　(2) ×　(3) ○　(4) ○

【中譯】

(3) 原來他們玩在一起有十年了，難怪很合得來。

(4) 原來餐廳有了新廚師，難怪最近客人變得更多了。

■重組題

(1) Mùa xuân đến rồi, thảo nào hoa đào nở khắp nơi.

春天來了。難怪到處都桃花盛開。

(2) Anh ta giàu và đẹp trai, hèn chi các cô gái đẹp đều vây lấy anh ta.

他既有錢又英俊，怪不得那些漂亮的女孩子都把他團團圍住。

(3) Uống ít nước chẳng trách da mọc mụn.

水喝得少，怪不得皮膚長痘痘。

(4) Không tập thể dục chẳng trách cơ thể lúc nào cũng mệt mỏi.

都不運動，怪不得身體一直渾身無力。

72　　　　　P.304

■是非題

(1) ○　(2) ×　(3) ×　(4) ○　(5) ×

【中譯】

(1) 你來這有什麼事嗎？

(4) 最新的 iPhone 昨天上市了吧？

■重組題

(1) Mùa hè ở đây nóng nhỉ?

這裡的夏天很熱，對吧？

(2) Năm nay em hai mươi tuổi rồi nhỉ?

你今年二十歲了，對吧？

(3) Đi siêu thị thôi nhỉ?

去超市囉，對吧？

(4) Ngày mai thứ mấy nhỉ?

明天星期幾呢？

(5) Đây là người yêu của em nhỉ?

這是你的情人，對吧？

73　　　　　P.307

■是非題

(1) ×　(2) ○　(3) ○　(4) ○　(5) ×

【中譯】

(2) 今晚去唱卡拉 OK 吧！

(3) 請記住這個時刻！

(4) 在家看家吧！

■重組題

(1) Đừng nói vậy nữa nhé!

別這樣說吧！

(2) Chúng mình bắt xe buýt đi nhé!

我們搭公車去吧！

(3) Gặp nhau ở trung tâm thương mại nhé!

在百貨商場見面吧！

(4) Chúc bạn sinh nhật vui vẻ nhé!

祝你生日快樂哦！

(5) Ngủ ngon nhé!

晚安哦！

74　　　　　P.311

■是非題

(1) ○　(2) ○　(3) ×　(4) ×　(5) ○

【中譯】

(1) 你幾歲呀？

(2) 下雨了呀！

(5) 你已到結婚的年齡了呀！

■重組題

(1) Quan niệm về cái đẹp đã khác xưa rồi đấy.

審美觀已經跟以往不同了呀！

(2) Chị Hồng béo lên rồi đấy.

紅姊胖起來了呀！

(3) Anh ấy đang ăn kiêng đấy.

他正在忌口呀！

(4) Cô Hương sắp ra viện đấy.

阿香姑姑快出院了！

(5) Em nhớ làm đấy.

你記得要做哦！

75　　　　　P.314

■連連看

(1) C　(2) D　(3) B　(4) A

【中譯】

(1) Trời lạnh đi ra ngoài lạnh lắm, ở nhà ngủ là thích nhất cơ.

天冷時出去好冷，我最喜歡在家睡覺呢！

(2) Bạn tên là gì cơ, vừa nãy mình nghe không rõ lắm.

你叫什麼名字呢？我剛才聽不太清楚。

(3) Anh cố chấp quá, đã bị lừa mấy lần rồi cơ mà.

你太固執了，都已經受騙好幾次了啊！

(4) Đừng mua tặng ông bà quần áo, ông bà thích thực phẩm chức năng cơ.

別給爺爺奶奶買衣服，他們喜歡的是保健食品。

■是非題

(1) ○　(2) ○　(3) ×　(4) ×

【中譯】

(1) 別再關心他的生活了，你們已經分手了呢！

(2) 我愛聽流行音樂的呢！不愛聽這種音樂。

台灣廣廈 國際出版集團
Taiwan Mansion International Group

國家圖書館出版品預行編目（CIP）資料

我的第一本越南語文法 / Rainie Laoshi著. -- 初版.
-- 新北市：國際學村, 2024.04
　　面；　公分
ISBN 978-986-454-345-8（平裝）
1.CST: 越南語　2.CST: 語法

803.796　　　　　　　　　　　　　113001509

🌐 國際學村

我的第一本越南語文法

作　　　者／Rainie Laoshi　　編輯中心編輯長／伍峻宏・編輯／王文強
　　　　　　　　　　　　　　封面設計／何偉凱・內頁排版／菩薩蠻數位文化有限公司
　　　　　　　　　　　　　　製版・印刷・裝訂／東豪・弼聖・紘億・秉成

行企研發中心總監／陳冠蒨　　線上學習中心總監／陳冠蒨
媒體公關組／陳柔彣　　　　　產品企製組／顏佑婷、江季珊、張哲剛
綜合業務組／何欣穎

發　行　人／江媛珍
法 律 顧 問／第一國際法律事務所 余淑杏律師・北辰著作權事務所 蕭雄淋律師
出　　　版／國際學村
發　　　行／台灣廣廈有聲圖書有限公司
　　　　　　地址：新北市235中和區中山路二段359巷7號2樓
　　　　　　電話：（886）2-2225-5777・傳真：（886）2-2225-8052
讀者服務信箱／cs@booknews.com.tw

代理印務・全球總經銷／知遠文化事業有限公司
　　　　　　地址：新北市222深坑區北深路三段155巷25號5樓
　　　　　　電話：（886）2-2664-8800・傳真：（886）2-2664-8801
郵 政 劃 撥／劃撥帳號：18836722
　　　　　　劃撥戶名：知遠文化事業有限公司（※單次購書金額未達1000元，請另付70元郵資。）

■出版日期：2024年04月　　　ISBN：978-986-454-345-8
版權所有，未經同意不得重製、轉載、翻印。